NGỒI LẠI BÊN CẦU

NGỒI LẠI BÊN CẦU
Việt Dương

Bìa: Uyên Nguyên Trần Triết
Dàn trang: Hồng Hà
Nhân Ảnh xuất bản 2026
ISBN: 979-8-3492-7760-3

VIỆT DƯƠNG

NGỒI LẠI BÊN CẦU

NHÂN ẢNH
2026

Nước xuôi lạnh một dòng sầu,
Biết về đâu hỡi mấy màu thời gian.

Hoài Khanh

NGƯỢC PHÁ TAM GIANG

1

Ngồi trên sân thượng nhà hàng phi trường Liên Khương, trước tách cà phê bốc hơi, Tâm nói:

- Trước đây, mỗi khi có dịp xuống Tùng Nghĩa anh thường ghé phi trường uống cà phê trước khi về Đà Lạt. Buổi chiều ở đây vắng ngắt, chỉ có rừng thông và sương. Ngày trời sương mỏng thì hiu hắt như chợ chiều ở thôn làng miền núi, còn ngày mù sương thì ngồi đây như ngồi trên boong tàu giữa biển trắng đục.

Nghe thế, Yến hỏi:

- Vậy anh thường xuống đây ư?

- Không, mỗi năm chỉ vài lần, nhưng nhớ cảnh chiều ở phi trường này. Từ nay đi xa, chắc ít có dịp trở lại đây, nên tiện đường anh ghé để em thấy cảnh phi trường Liên Khương về chiều.

Tuần trước, Tâm về nghỉ phép mãn khóa, cho biết sẽ ra đơn vị ở Thừa Thiên, Yến đã khóc mấy đêm. Bây giờ nghe Tâm nói từ nay đi xa, bèn hỏi:

- Tại sao anh lại chọn đơn vị xa như thế?

Tâm nâng tách cà phê uống một hớp, rồi trả lời:

- Khi được gọi tên lên chọn thì chỉ còn những chỗ xa. Cao nguyên còn PleiKu, Kontum. Mấy nơi mình nhắm là Tuyên Đức, Lâm Đồng, Khánh Hoà, Ninh Thuận đã hết chỗ. Đã xa thì đi xa luôn, anh chọn Thừa Thiên để có dịp đi với em lên núi Ngự Bình, qua cầu Trường Tiền, biết Vỹ Dạ, Kim Long... Tâm dừng lại hút mấy hơi thuốc, rồi tiếp: Nhưng xa hay gần thì anh cũng sẽ địu em ra chiến trường như những người phụ nữ Tàu địu con chạy loạn – Tâm cười: Càng xa thì càng phải đi may địu nhanh hơn.

Yến cúi xuống lấy khăn bịt miệng làm như sắp hắt hơi, cố giữ cho nước mắt khỏi trào ra. Tâm đã ước hẹn bằng cái địu trên lưng, còn Yến muốn nói với Tâm là Yến sợ không gian, sợ thời gian. Nhưng muốn tránh cho Tâm khỏi phải nghĩ nhiều đến sự xa cách trong buổi chiều này, nên Yến nói sang chuyện đi chơi.

- Hồi sáng, lúc qua hồ Xuân Hương, nghe anh nói là đi hành hương Tây Trúc, em buồn cười quá, vì không hiểu anh định nói gì. Khi xuống đèo Prenn, em đoán là anh muốn cho em biết cảnh đèo buổi sáng bằng xe Honda. Nhưng khi tới Di Linh thì em chợt nghĩ là anh sẽ đưa em tới ngôi chùa ở Bảo Lộc, nơi anh đã nghe tiếng chuông buổi sáng năm nào.

Tâm ngạc nhiên, nhìn Yến:

- Em nghĩ vậy ư? Anh cũng có nghĩ đến, nhưng xa quá, cả trăm cây số, lại đường đèo núi rừng.

Yến cười:

- Nhưng đằng nào cũng là đi Tây Trúc, không hành hương chùa Bảo Lộc thì hành hương chùa Di Linh. Mà đúng là hành hương, vì đi mấy chục cây số đến gặp một nhà sư, nghe một bài thơ, nói một câu chuyện dở dang, ăn một bữa cơm chay đậu hũ và canh su su, rồi cười đi về.

- Vậy em nghĩ gì?

- Em thấy được thứ tình thân của người xưa mà trước đây em chỉ đọc trong sách hay nghe kể.

- Nhưng chuyện ra sao?

- Đó là chuyện mấy nhà Nho đi bộ cả nửa ngày đường, tới đọc cho nhau nghe vài bài thơ, đánh vài ván cờ, uống vài ly rượu, rồi lại đi bộ về.

Tâm ngạc nhiên trước sự so sánh của Yến:

- Em để ý chi ly nhỉ. Anh không dám so sánh như thế, nhưng chỉ biết là ở sư Tâm Tín, anh có thể tìm thấy ở ông một biển học mênh mông, một chân tình khó gặp trong đời sống này. Vì thế, hồi ông ấy còn ở chùa Linh Sơn thì tuần nào anh cũng lên chùa nói chuyện đạo, chuyện chiến tranh, ăn với ông ấy bữa cơm canh su su với tương chao – Tâm ngừng một lát, rồi hỏi: Còn em bảo anh với ông ấy nói một câu chuyện dở dang là sao?

- Thì cả buổi hai người nói về tập truyện "Tiếng Vọng Đỗ Quyên", nhưng em có thấy đi đến kết luận gì đâu. Ông ấy ngừng nửa chừng mà anh cũng thế. Em không nhận ra ý hai người khác nhau thế nào?

Tâm trầm ngâm một lúc lâu:

- Thực sự khó có thể nhận định dứt khoát đối với tác phẩm phản chiến như Tiếng Vọng Đỗ Quyên. Khi nội dung của nó phản ảnh tâm tư khát vọng của con người trước những thảm kịch đang phải sống, nhưng lại tai hại đối với cuộc chiến, vì tiếng nói đó chỉ được nói lên ở miền Nam, cũng như nhạc của Trịnh Công Sơn chỉ có thể hát ở miền Nam. Điểm khác nhau giữa hai người là ông Tâm Tín nhìn về giá trị văn học của tác phẩm, còn anh thì nhìn vào tác dụng đối với lòng người giữa cuộc chiến.

Nghe Tâm phân tích, Yến nói lên một nhận xét:

- Đọc 2 câu *'Sóng sô dằn lịch sử - sóng cuốn anh về đâu'* ở trang đầu tập truyện, em cảm thấy bi quan quá.

Tâm gật đầu:

- Đó là mấy câu thơ của Nguyễn Nhật Duật, trước đây anh ấy cùng học sư phạm triết với thầy Tâm Tín ở Viện Đại Học Đà Lạt. Tác giả Tiếng Vọng Đỗ Quyên là bạn thân của Duật và đã lấy hai câu đó để nói lên tâm trạng của nhân vật trong chiến tranh và đồng thời cũng là số phận của đất nước theo cách nhìn của tác giả - Tâm ngừng lại một lát, rồi tiếp: Mấy bạn sinh viên anh gặp ở chỗ ông Tâm Tín, đa số mang tâm trạng bi quan, tuyệt vọng khi nhìn vào cuộc chiến. Chỉ có ông Tâm Tín, có lẽ do đời sống tu hành, nên lúc nào cũng an nhiên tự tại.

- Còn anh thì sao?

- Anh ư? Anh không có tâm trạng bi quan, lạc

quan gì hết, vì biết rõ cuộc chiến này là do Cộng Sản miền Bắc gây ra. Sau hiệp định đình chiến năm 1954, họ chôn giấu vũ khí, gài đảng viên cộng sản ở lại miền Nam. Đến năm 1960, họ lập ra Mặt Trận Giải Phóng Miền Nam với những người họ gài lại, rồi đưa quân miền Bắc vào xâm lăng miền Nam. Việt Nam Cộng Hòa phải tự vệ, chống lại để giữ những giá trị của chế độ tự do, tư hữu và dân chủ.

Nghe Tâm nói với ánh mắt xa vắng, rồi nhìn phi đạo và nhìn con đường phía trước mờ mịt trong sương, Yến bỗng cảm thấy sợ ngày đi tiễn Tâm ở đây, sợ đường về, nên nắm tay Tâm:

- Ngày anh đi, anh cho em ở nhà, em không dám xuống đây.

- Thì em cứ ở nhà. Cảnh đưa tiễn anh cũng sợ. Mới đây anh gặp một bài thơ đưa tiễn ở phi trường có tên là Khúc Ly Đình của Cao Thị Vạn Giả, trong đó có hai câu nói giúp tâm trạng của chúng ta:

Mù sương phi cảng não nề,
Thôi anh, ở lại buồn về em mang.

- Không biết tác giả đưa tiễn ở phi trường nào, nhưng đọc thì hình dung đó như là Liên Khương, ở đâu có sương mù, ở đâu có khung cảnh não nề như không gian chúng ta đang ngồi đây. Bài thơ như vận vào mình, vì mấy hôm nữa anh sẽ bước lên máy bay trong trời mù sương với đồi núi chập chùng của Liên Khương.

- Anh chỉ nhớ 2 câu thôi ư?

- Bài thơ hay, anh có ghi lại và nhớ được hai đoạn:

Tiễn chân anh tận phi trường,
Lỗi đi, lỗi ở, mười phương lỗi về.
Mù sương phi cảng não nề,
Thôi anh, ở lại buồn về em mang.
Tiễn anh một chén rượu tàn,
Một bàn tay nắm, một hàng lệ mau.
Cuộc cờ thế sự binh đao,
Phút giây tái ngộ ngày sau biết còn.

- Hàng ngày trên khắp nước biết bao nhiêu người phải sống với tâm trạng: *Cuộc cờ thế sự binh đao. Phút giây tái ngộ ngày sau biết còn* – Tâm nói, rồi cầm tay Yến đứng dậy đi xuống.

2

Chiếc thuyền máy nhấp nhô đi ngược chiều gió, bỏ lại phía sau những dải cánh đồng lẫn thôn làng trong bầu trời xám đục. Khi nhìn thấy dải đất với những hàng thùy dương xanh như chắn ngang phía trước dòng sông, Tâm biết thuyền sắp đi vào

Phá Tam Giang. Chính dải đất chạy dài hun hút kia đã ngăn biển để đầm nước rộng dài biến thành phá và đây là cuối nguồn sông Hương. Giòng sông đi vào phá và ra cửa Thuận An. Chàng cảm thấy náo nức rộn ràng, cảm giác của người được tới một địa danh mà từ lâu chỉ hình dung qua thơ truyện.

Thuyền đã ra giữa phá và rẽ trái lên hướng bắc. Gió lộng hơn. Những con sóng dâng cao xô đập vào mạn thuyền làm nước tung tóe văng lên hành khách ngồi phía trước. Bỗng chiếc thuyền rung mạnh, quay ngang như vòng trở lại. Người cầm lái tái mặt, hốt hoảng kéo mạnh cần lái trong khi thuyền nghiêng về một bên cùng với tiếng kêu răng rắc của bánh lái và tiếng kêu của hành khách. Cô gái phụ đò ngồi gần cửa khoang, đứng bật dậy nhào tới, dùng cả hai tay vừa đẩy cần lái ngược chiều với người cầm lái vừa nói:

- Anh nới tay ra.

Cô gái cúi xuống ghì chặt cần lái nhìn luồng nước chảy xiết, cho thuyền chạy chênh chếch theo sóng về phía bên trái trong khoảng mươi phút, đưa con thuyền vượt qua khoảng nước xoáy. Lái thuyền quay trở lại hướng bắc, cô buông cần lái nói với người thanh niên:

- Anh kéo gấp như rứa, có ngày gẫy bánh lái.

Một bà lên tiếng:

- Mô Phật! Lái đò mấy năm mà răng không biết tránh mấy chỗ nớ, Biên?

Người thanh niên tên Biên như chưa qua cơn hốt hoảng:

- Tôi đã đi chếch nhiều về bên trái mà vẫn đụng nó. Thật không biết mô mà tránh. Những ngày mưa gió lớn, đôi lần cũng gặp, nhưng mô có dữ như hôm ni.

Một bà khác nói:

- Con nhỏ trông mảnh mai mà giỏi. Mi có lái đò thường mô mà rành như rứa Khuê?

Cô gái tên Khuê nghe lời khen có vẻ thẹn, nhìn Biên nói:

- Con cũng thường lái thế anh Biên. Rành thì không rành, nhưng gặp lúc cấp thì liều.

Nhìn mặt nước nhấp nhô những đợt sóng dâng cao, mênh mông trước mặt, Tâm đoán khu vực nước xoáy là chỗ những dòng nước sông biển gặp nhau trước khi chảy ra biển. Có lẽ hiện tượng dòng nước xoáy với sóng dâng cao này gọi là sóng thần thường làm đắm thuyền trên phá Tam Giang mà xưa kia, thời nhà Nguyễn, Nội Tán Nguyễn Khoa

Đăng đã tìm cách trị thủy bằng cách đào thêm lòng phá cho sâu đều và mở rộng cửa phá chảy ra biển để giảm bớt luồng nước chảy xiết và sóng lớn.

Càng đi lên phá càng rộng, bờ bên trái chỉ còn là một đường viền lẫn vào mây xám. Bờ bên phải xóm làng lẩn giữa những rừng thùy dương xanh thẳm. Thỉnh thoảng những giải đồi cát phía sau làng vượt cao khỏi những ngọn dương, thấp thoáng màu cát trắng chạy dài lên phía bắc.

Thấy có người chạy xe Honda sau hàng dương, Tâm hỏi Phúc, viên hạ sĩ quan quân số đại đội, đi với chàng ra đơn vị:

- Dải làng bên phải là quận chi?

Phúc đáp:

- Dạ, quận Hương Điền.

- Còn bên trái?

- Bên trái là quận Hương Trà và Quảng Điền, lên xa hơn ở phía bắc là quận Phong Điền. Vì xa quá không nhìn thấy, chớ đi gần bờ phía bên trái, chuẩn úy sẽ thấy đồng ruộng chạy dài dọc theo phá vào sâu những làng bên trong.

Tâm gật gù:

- Vậy là phá ở giữa 4 quận. Tôi biết cái tên phá

Tam Giang là phá do 3 con sông hợp lại, nhưng ngoài sông Hương, thì 2 con sông kia là sông gì?

Phúc ngẩn ra một lúc mới nói:

- Ở cực bắc là sông Ô Lâu, chảy giữa Phong Điền và quận Hải Lăng, Quảng Trị. Còn sông thứ ba tôi không nhớ là sông chi.

Một ông lão ngồi ở mạn thuyền hút thuốc rê, lên tiếng:

- Sông nớ là sông Bồ, chảy qua Quảng Điền và Hương Trà.

Phúc đập vào đầu gối reo lên:

- Như rứa cháu nhớ rồi. Sông chảy qua cầu An Lỗ, nên cháu quen gọi là sông An Lỗ.

Ông lão gật đầu:

- Đúng rứa.

- Cháu ở Huế, nhưng gần như mù tịt về địa danh và thổ sản ở mấy quận bên ngoài. Từ ngày nhập ngũ cháu thường tới nhiều nơi theo đơn vị nên biết thêm một ít – Phúc nói với ông lão, rồi quay lại Tâm: Sông Bồ và Ô Lâu nhỏ hơn sông Hương, nhưng không hiền. Ra đây thì chuẩn úy sẽ có dịp sống với nó. Năm ngoái đại đội mình đã ở căn cứ Vinh An, bên bờ Ô Lâu gần một năm.

Tâm chỉ dải đồi cát hỏi:

- Bên kia đồi cát cách biển bao xa?

Phúc đáp:

- Ở gần cửa Thuận An thì gần, chỉ cách chừng vài trăm mét, nhưng càng đi lên thì bãi cát càng rộng. Ở đoạn ni tôi không rõ, còn gần khu vực quận lỵ Hương Điền thì khoảng cách rộng trên 1 cây số. Chẳng hạn từ chợ quận Hương Điền, sát quận lỵ, ra mấy xã Hải Nhuận, Thế Mỹ, phải đi bộ cả tiếng qua những đụn cát cao như đồi.

Tâm nói:

- Dân ở mấy xã đó phải đi qua bãi cát xa như thế thì mệt quá, vì cát khô lún khác gì bùn.

Ông lão hút thuốc rê nhìn Tâm lắc đầu:

- Không lội cát mô. Mấy làng nớ có đường đá đi vô trong ni.

Tâm hỏi:

- Thế cát di chuyển theo gió không lấp đường sao bác?

Ông lão nói:

- Đường đá xếp bằng những tảng đá hoặc xi măng khá lớn và có những đám dương ở gần để cản gió và cát. Đôi khi cũng có chỗ bị lấp, nhưng vài ngày sau gió lại thổi bay lớp cát mỏng. Thỉnh thoảng tôi ra Hải Nhuận, thấy có nhiều chỗ bị lấp, nhưng không có những đụn cát cao trên đường như những đụn cát nằm dọc theo bên ngoài những hàng dương.

- Nhiều đêm gió lớn cũng chuyển cả đụn cát vô đường, nhưng mỗi lần như rứa, dân làng lại ra san đụn cát sang hai bên đường - Người lính trẻ ngồi cạnh ông lão góp thêm sự hiểu biết, rồi nói với Tâm: Đường có nhiều đoạn bị lấp, tuy lớp cát không dày lắm, nhưng đi xa cũng mỏi, lại thêm cát nóng nữa. Dân làm biển đi chân đất thiệt tài, vì bọn em đi giày bố mà nóng gần bỏng chân. Rứa mà khi trung đội nằm ở ngoài nớ, ngày mô bọn em cũng băng cát nóng vô chợ.

Tâm cười:

- Tại các cậu muốn la cà quán xá, nên tự làm khổ thân, chứ làng chài lưới thì thiếu gì cá mà phải vào chợ.

Người lính cười hồn nhiên:

- Cá thì có thể ăn thay cơm, nhưng nhớ chợ. Cả ngày nắng chói chang đến mù mắt, quanh làng chỉ có dương, cát và mùi biển mặn. Khi mô chuẩn úy ra ngoài nớ thì cũng như bọn em thôi. Chỉ ít ngày là nhớ chợ, nhớ đường làng, nhớ vườn cây bóng mát.

Tâm cười:

- Sao cậu không nói thêm cho đủ là nhớ mấy cô ở chợ, nhớ mấy o bán cà phê.

- Dạ, cũng có một phần - Người lính cười hồn nhiên, rồi chỉ vào Khuê: Mỗi lần ra chợ, bọn em thường uống cà phê ở quán o ni.

Tâm ngạc nhiên:

- Cô Khuê vừa là chủ đò vừa là chủ quán cà phê, vậy khi nào ở quán, khi nào đi đò?

Có tiếng cười đáp ở trong khoang:

- Thỉnh thoảng mới theo đò thôi.

Tâm bắt gặp cái nhìn của Khuê và cô chớp mắt cúi xuống. Chàng chợt mỉm cười khi thấy sự bẻn lẽn cúi xuống này tương phản với dáng mặt bình tĩnh điều khiển cần lái cho thuyền vượt qua khu nước xoáy. Lúc ấy cả người cô toát ra một sức mạnh, còn bây giờ lại trở về nét duyên thầm con gái với chiếc áo cánh đen và mái tóc dài cặp gọn để lộ khuôn cổ trắng cao. Nhìn những sợi tóc mai dài bay ngược lòa xòa trên tai cô theo gió lộng và những lớp sóng cuồn cuộn đi qua mạn thuyền, Tâm vỗ vai ông trung sĩ quân số:

- Anh Phúc này, khi hết chiến tranh hoặc được giải ngũ mà có một chiếc đò chở khách, chồng lái vợ phụ, xuôi ngược dọc phá Tam Giang thì cuộc đời sẽ đầy hương vị ngọt, chớ không tẻ nhạt như mây nước u ám này.

Phúc cười nói với anh thanh niên cầm lái:

- Anh Biên à, ông chuẩn úy tôi đây mới ở trong Nam ra ngoài ni, lạ nước lạ cái, trăm sự chắc phải nhờ anh.

Biên nhìn Tâm cười:

- Chuyện nớ không khó chi. Chuẩn úy cứ về làm rể Hương Điền, khắc có đò.

Nghe Biên nói, mấy bà ngồi trong khoang nhìn Khuê cười. Một bà lên tiếng:

- Muốn làm chủ đò dọc thì phải biết hò. Về Hương Điền, chuẩn úy nên tìm thầy học hò mái đẩy, mái nhị.

Một bà khác nói:

- Mô cần tìm ai. Cứ tới nhờ o Khuê dạy cũng đủ làm điên đảo khách đi đò. Cả Kế Môn, ai hò lại con bé ni.

Theo những tiếng cười, một bà cất giọng:

- Hò ơi... một mình em đây ngồi giữa lòng thuyền...í...a

Dưới nước trên trăng, biết ai mà trao duyên gửi phận...í...a

Biết ai mà trao duyên gửi phận cho đẹp lòng thế gian ..í...a...

Tiếng ngân láy í... a vừa dứt thì một giọng trẻ hơn lại nổi lên:

- A...í a...chim xa bầy thương cây nhớ cội,
Người xa người tội lắm người ơi...í...a...
Thà rằng không gặp thì thôi,
Gặp rồi mỗi đứa một nơi sao đành...í...a...

Tiếng ngân í a... như trải dài trên sóng nước đang chảy cuồn cuộn về phía sau. Tâm chú ý nhìn vào trong khoang, nhưng không nhận ra ai là cô gái vừa hò. Giọng cô cao mà ấm, biến câu hò thành một lời nức nở, nên tiếng hò đã dứt từ lâu mà cả đò vẫn lặng ngắt.

Bỗng ông lão hút thuốc rê lên tiếng:

- Nghe mấy câu hò, tôi như sống lại thời trai trẻ. Ngày xưa, đò dọc chưa có máy, phải chèo cả đêm cả ngày, nên cứ tới đêm là người ta bày ra hò và do chuyện hò đối nhau mà có người thành vợ thành chồng sau những chuyến đò – Ông lão ngừng lại, nhìn vào khoang như muốn nói với cô mới hò: Mới ngày mô mà biết bao nhiêu chuyện đã đổi thay. Đò vẫn còn, nhưng nhiều bến ngày xưa đã biến mất cùng với những tiếng hò đêm trên phá, trên sông.

Nghe giọng bùi ngùi, Tâm đoán ông lão cũng là một tay kiệt liệt của thời xưa vang bóng, nên hỏi:

- Thưa bác, hò mà thành vợ thành chồng thì chắc nhiều người biết hò?

Ông lão gật đầu:

- Nhiều người biết, nhưng hò cho hay thì gay, vì không phải chỉ nhờ giọng trời cho mà còn phải khổ công tập luyện.

Tâm nói:

- Như thế ngày xưa chắc bác cũng là một tay hò hàng đầu.

Ông lão cười, hai con mắt như linh hoạt hẳn lên dưới lớp da nhăn nheo:

- Hàng đầu thì không dám nói, nhưng thời 20 tuổi, chính tôi đã kiếm được vợ trên một chuyến đò đi Mỹ Chánh – Có những tiếng cười rộ lên trong khoang. Ông đợi cho những tiếng cười dứt, rồi nói: Tiếng hò kỳ lắm, nó như một thứ ma quyến rũ, đã gặp được thì dứt ra không nổi.

Tâm nói:

- Vậy nếu bác cho phép, cháu xin tới để nhờ bác dạy cho ít điệu.

Ông lão nhìn Tâm một lát:

- Chừ thì quên nhiều mà giọng cũng hư rồi. Chuẩn úy muốn học thật thì nên tới o Khuê. Mấy bà nói đúng đấy. Ở Kế Môn, không ai hơn nó mô.

Tâm thấy Khuê quay nhìn ra ngoài phá mỉm cười, đuôi mắt lay động từng chặp.

Phúc nhìn Tâm cười, rồi quay sang Khuê:

- O Khuê đã nghe mấy bà rồi cả ôn nói đó, rứa có sẵn lòng dạy ông thầy tôi không?

Khuê cúi đầu đáp:

- Em không dám.

Tâm cười:

- Cô Khuê ạ, tôi sẽ là khách thường trực của quán cô và mỗi ngày nhờ cô dạy cho một câu. Chẳng lẽ cô lại nhẫn tâm từ chối lời cầu của khách. Như thế, nếu tôi được ở Hương Điền nửa năm thì cũng học được trên trăm câu. Không biết cái vốn đó đã đủ làm vừa lòng khách đi đò hay chưa?

Có tiếng cười và tiếng nói trong khoang vọng ra:

- Không đủ thì thầy lại dạy, khó chi mô.

Tâm định hỏi thêm thì người lính, khách cà phê

của Khuê lên tiếng:

- Phải chi trên đò có cà phê, rồi nghe mấy bà, mấy o hò thì còn hơn nghe Thanh Tuyền, Hoàng Oanh, Hà Thanh hát trong quán.

Bỗng chợt nhớ ra, Tâm nói:

- Tôi có cà phê, cà phê Mỹ, nhưng làm sao có ly, có nước sôi?

Khuê nhìn Tâm mau mắn:

- Dạ có, không đủ ly thì uống bằng chén.

Tâm nói:

- Vậy thì tốt quá. Nhờ cô giúp cho. Tôi xin đãi chủ đò và khách đò, gọi là lễ ra mắt của người muốn làm dân Hương Điền.

Khuê vừa cười vừa lật mấy tấm ván lấy nước trong một chiếc lu sành, rồi đặt siêu lên chiếc rề sô để trong một góc khuất gió gần lái. Trong khi cô loay hoay xếp ly, chén trên một cái mâm gỗ thì Tâm tháo ba lô, lấy ra một thẩu cà phê lớn, một thẩu sữa bột và một hộp đường miếng Hiệp Hòa.

Nhìn lu nước, Tâm hỏi:

- Nước này cô lấy ở phá?

Khuê lắc đầu:

- Dạ không, đó là nước giếng đem từ nhà.

Tâm chỉ ra phá:

- Thế nước chỗ này uống được chưa cô?

- Dạ chưa, khoảng ni vẫn còn lợ, nửa sông nửa biển, phải lên xa nữa mới hết lợ.

Thuyền đang đi qua một khu nhà cửa san sát, có nhiều mái ngói đỏ và mái tôn. Dọc theo bờ phá là những dải ruộng lúa xanh và ngoài phá hàng chục thuyền đang thả lưới. Tâm chỉ vào bờ hỏi:

- Từ đây lên quán cà phê của cô còn bao xa?

- Dạ, khoảng chục cây số nữa.

- Còn xa nhỉ. Vậy từ Thuận An lên tới quán cô cũng gần hai chục cây số. Có điều tôi không hiểu là thôn làng ở trên một giải đất cát hẹp ven biển như thế, nước giếng có bị ảnh hưởng nước mặn không?

Khuê ngẫm nghĩ một lát rồi đáp:

- Từ Cửa Thuận lên tới đây em không rõ, nhưng từ Kế Môn lên phía bắc thì nước giếng rất ngọt. Ngoài giếng, lại có những con suối nước ngọt chảy quanh năm từ trong cát ra. Lên xa nữa trên tê, ở xã Đại Lộc hay Thanh Hương, còn có những hồ nước cạnh rừng dương giữa những đụn cát. Trước kia, học sinh chúng em thường đi cắm trại quanh mấy cái hồ nớ.

Thấy nước đã sôi, Tâm nói với người lính:

- Chuyện cà phê là do cậu. Vậy nhờ cậu giúp cô Khuê một tay.

Người lính cười tươi, lê tới sát chiếc rề sô, nói với Khuê:

- O xúc cà phê vô ly, để tôi chế nước cho.

Tâm quay vào khoang nói lớn:

- Có cà phê đen và cà phê sữa. Bà con nào chỉ uống đen thì cho biết.

Có tiếng nói vọng ra:

- Chuẩn úy cho cà phê sữa hết đi.

Khuê thoăn thoắt xúc cà phê và sữa bột vào ly và chén để trong mâm, nhưng khi cầm miếng đường thì cô lưỡng lự.

Thấy thế, Tâm nói:

- Chắc 2 miếng là vừa.

Khuê cho đường, khuấy một ly nếm thử, rồi đưa cho Tâm, nhưng chàng cười đỡ tay Khuê:

- Cô mời mấy bác, tôi là con cháu uống trước sao được.

Khi cà phê đã chuyền đi gần khắp đò, Tâm lấy ra 2 bao thuốc Ruby, đưa một bao cho Phúc:

- Nhờ anh mời các vị ở trong khoang, còn ở đây phần tôi.

Biên phà khói thuốc, uống một hớp cà phê, rồi cười nói với Tâm:

- Tôi đi đò cả mấy năm mà chưa ngày mô vui như hôm ni. Sáng mai mời chuẩn úy ra quán ăn sáng, uống cà phê với chúng tôi.

Tâm cười:

- Vâng, cám ơn anh, ngày mai tôi sẽ ra làm lễ nhập môn cô thầy tôi.

Người lính trẻ nhìn Khuê cười, rồi hướng vào trong khoang:

- Xin cô bác cho nghe ít câu hò để dẫn vị cà phê.

Có những tiếng cười nói rộn lên trong khoang, rồi một bà cất giọng:

- Ơ..ớ..ơ.. thương nhau chẳng quản chi thân,
Phá Tam Giang cũng lội, đèo Hoành Sơn cũng...

Câu hò chưa hết thì từng loạt những tiếng chác.. chác chác... với tiếng đạn chíu... chíu... vụt qua phía trước và sau thuyền. Cả đò nhốn nhác. Có người theo phản ứng tự nhiên nằm xuống sàn.

Khuê bám vào cần lái nói nhanh:

- Lái về bên ni anh.

Con thuyền tăng tốc lực rẽ sóng chạy chếch về bờ bên phải trong tiếng đạn thưa dần.

Phúc đập vào chân Tâm:

- Bọn du kích bắn đó. Chỗ có mấy cây cao là bến đò, đường vô chợ Sịa, gần quận lỵ Quảng Điền. Trước kia, Sịa qua Hương Điền dễ dàng bằng bến nớ, nhưng gần 2 năm nay, con đường từ chợ Sịa ra bến đò mất an ninh hoàn toàn.

Tâm hỏi:

- Từ bến đò vào chợ Sịa bao xa?

- Khoảng hơn 2 cây số, nhưng địa thế phức tạp khó kiểm soát. Khi mô cần đi thì phải có đại đội mở đường.

- Thế từ đây lên có căn cứ nào không?

- Gần phá thì không, nhưng vô sâu bên trong thì có căn cứ Lương Mai và những đơn vị lưu động.

Tâm ngạc nhiên và cảm thấy sợ hãi về điều Phúc cho biết, vì nếu một con đường nối hai quận, chỉ dài mấy cây số, lại sát quận lỵ mà không giữ được thì những thôn làng, ruộng đồng mênh mông trước mặt, nơi nào của mình, nơi nào của địch, và như thế thì một căn cứ hay một vài đại đội lưu động sẽ giữ được gì trong thứ chiến tranh ẩn hiện không trận tuyến này. Nhìn lên phía bắc vắng ngắt, chỉ thấy trời nước, chàng nghĩ đến một lúc phá Tam Giang sẽ không còn yên ổn cho những chuyến đò, nên nói với Phúc:

- Vậy dọc theo bờ phá bên Quảng Điền đâu có an ninh. Nếu chúng ra đây chặn đò như kiểu chặn xe hàng thì cũng chịu.

Phúc nói:

- Ban đêm, mình có hải thuyền tuần tiễu, còn ban ngày thì vụ chặn đò chưa xảy ra.

Thuyền đã đi sát vào phía bờ bên phải, và tiếng súng cũng đã ngừng, nhưng mọi người im lặng. Bỗng Phúc đập vào tay Tâm, chỉ về phía bắc. Tâm nhìn theo, thấy 3 chiếc phản lực đang lao xuống, rồi vụt lên với những tiếng bom ầm ì vọng từ xa và cột khói đen cuồn cuộn tỏa rộng. Khi ba chiếc phản lực bỏ vùng khói đen bay về hướng tây, Phúc nói:

- Tới ba chiếc bỏ bom thì đụng lớn rồi. Ở Quảng Điền hay Phong Điền thì gặp cảnh này hoài.

Tâm hỏi:

- Thế còn Hương Điền?

- Quận ni thì đỡ hơn. Thỉnh thoảng lên phía bắc, gần mấy cái hồ o Khuê đi cắm trại, có đụng nhưng nhỏ thôi. Chưa trận mô phải kêu tới mấy con chim nó. Dù răng thì Hương Điền vẫn còn là miền đất yên ổn, chuẩn úy muốn ở lại đây nửa năm để học hò thì chắc được, vì đại đội mới ra đây được mấy tháng.

Nghe Phúc nói, Tâm mỉm cười nghĩ đến cái vui qua mau.

Trên đò trở lại sự lặng lẽ như những đám mây bay thấp lững lờ trên phá. Khuê đang cúi đầu loay hoay rửa ly chén bên mạn thuyền, dáng cô thanh trong cánh áo lụa đen với những sợi tóc bay vờn theo gió làm nổi lên nét mong manh trên sóng nước. Bỗng Khuê ngước lên và bắt gặp cái nhìn của Tâm, nhưng cô không quay đi mà nhìn chàng một lúc, rồi mới cúi xuống đổ chậu nước xuống phá.

3

Tâm đang nhổ những cọng cỏ dài mọc đầy lỗ châu mai thì trung úy Chỉnh, đại đội trưởng bước vào:

- Ồ, anh cận thận hỉ, mới tới mà đã đèn đuốc như ri.

Tâm nói:

- Buổi chiều ở dưới đò lên, đi qua chợ, thấy hàng tạp hóa bày đèn nên chợt nhớ là phải có một cái – chàng vừa nói vừa đẩy chiếc mùng vào phía trong cái sạp ghép bằng những mảnh ván thùng đạn, mời Chỉnh ngồi, rồi chỉ vào lỗ châu mai:

- Lỗ châu mai làm thấp và hẹp quá, nhìn ra ngoài chỉ thấy như một khe hở.

Chỉnh nói:

- Ở nhiều hầm khác cũng rứa. Bao cát lâu ngày bị lún đó. Tôi tính cho dỡ ra làm lại, nhưng thấy mất nhiều công quá mà cũng không cần lắm. Vì khi đụng chuyện thì ra giao thông hào, chớ ở trong mấy cái hầm thì mô thấy chi. Với hệ thống giao thông hào làm bằng bao cát dày cả thước nối vô các hầm như ở đây thì có pháo cả ngàn trái 82 ly cũng vô ích.

Châm xong điếu thuốc Tâm mời, Chỉnh hỏi:

- Mới ra trường, lại phải tới chỗ heo hút ni, anh thấy răng?

Tâm đáp:

- Chỗ này mà anh nói là heo hút thì đỡ quá. Khi ra đơn vị, tôi nghĩ mình sẽ phải tới một nơi xa thôn làng, vắng vẻ hơn nhiều.

Chỉnh cười:

- Rứa thì hay, tôi thấy mấy ông chuẩn úy mới ra đơn vị thường có tâm trạng buồn chán. Phải qua một thời gian kha khá mới quen với cảnh đồn lũy, thôn làng hẻo lánh. Còn tôi nói heo hút, vì quận ni là một dải đất hẹp ở giữa phá và biển như một hải đảo, đi lại khó khăn.

Tâm nói:

- Địa thế hải đảo trong chiến tranh này có khi lại tốt chứ. Tôi nghe trung sĩ Phúc nói là tình hình quận này yên ổn hơn mấy quận khác. Biết đâu đó chẳng do địa thế hải đảo.

Chỉnh trầm ngâm một lúc:

- Có thể đúng một phần, nhưng chỉ được hơn nửa lãnh thổ. Để hình dung cho dễ, cứ lấy Chi Khu làm ranh giới thì từ đây xuống Thuận An là đất yên ổn, mình kiểm soát hoàn toàn. Còn từ đây trở lên phía bắc, tiếp giáp lãnh thổ Phong Điền và Hải Lăng gồm 3 xã Vĩnh Xương, Đại Lộc và Thanh Hương, khoảng 8, 9 cây số là vùng do VC kiểm soát. Dân vẫn xuống đây đi chợ, nhưng mình thì không thể thung dung đi lại. Mỗi sáng trung đội lên Vĩnh Xương hoạt động, cứ ra khỏi chi khu chừng 400 mét là nó bắn báo động.

Tâm hỏi:

- Nhưng nói chung, quận này so với các quận khác thì sao?

- Có thể nói tình hình vẫn yên hơn nhiều so với mấy quận ở đất liền như Phú Thứ, Phú Lộc, Quảng Điền và Phong Điền. Vì thế cả quận chỉ có một đại đội với một số trung đội nghĩa quân thuộc mấy xã. Đi hoạt động phía trên ni, thỉnh thoảng có đụng, nhưng chỉ ở cấp trung đội, còn khi đi cả đại đội thì chúng lẩn, hoặc chỉ bắn lẻ tẻ để quấy rối.

- Thế còn mấy xã chài lưới ven biển?

Chỉnh nói:

- Tôi thấy có điều đặc biệt là đường phân ranh vùng cũng rứa. Từ đây đi thẳng ra biển là xã Hải Nhuận. Từ Hải Nhuận xuống phía nam thì yên, còn lên mấy xã phía bắc thì tình hình cũng y hệt trong ni. Có làng gần như hoang phế. Năm ngoái Hải Nhuận chỉ có một trung đội nghĩa quân, nhưng từ ngày đại đội về đây, mình phải biệt phái một trung đội tăng cường cho họ.

Chỉnh ngừng lại châm điếu thuốc khác, rồi tiếp:

- Ngày mai anh ra nhận trung đội 2 hiện ở Hải Nhuận.Trung đội trưởng trung 2 là trung sĩ nhất Bảo, một hạ sĩ quan gan dạ, nhiều kinh nghiệm chiến trường mà tính tình lại rất dễ thương. Mới về đơn vị mà anh gặp được một người phó như rứa là quý lắm, vì có khi mình phải lăn lộn cả năm mới quen chiến trường.

Tâm hỏi:

- Thường thì bao lâu cả đại đội lên hoạt động ở phía bắc một lần?

- Không nhất định, tùy theo lệnh của chi khu. Có khi đi một mình, có khi hành quân phối hợp nhiều cánh với Quảng Điền và Phong Điền. Đôi khi mình cần đi để tạo sự hiện diện bất ổn cho địch mà cũng để lấy củi, vì trên Đại Lộc, Thanh Hương có nhiều rừng thùy dương ở ngoài đụn cát ven làng với hồ nước đầy quanh năm. Sau khi lục soát xong, cho anh em chặt một ít dương đem về.

Tâm hỏi:

- Ai là chủ rừng dương đó?

Chỉnh nói:

- Thùy dương ở Hương Điền là một thứ cây quý, vừa để cản gió cát, vừa để làm củi, nên làng nào cũng trồng nhiều. Những bãi dương rộng như rứa thì chắc trước kia do xã cai quản, nhưng chừ thì vô chủ, vì dân đã bỏ đi gần hết, ruộng vườn bỏ hoang, nhà cửa đổ nát, nhiều chỗ cỏ cây như rừng.

Cũng còn một số gia đình, nhưng đời sống của họ âm thầm tối tăm. Có trời mới hiểu được họ nghĩ chi trong cảnh sống nớ.

Chỉnh trầm ngâm một lúc, rồi nói với với ánh mắt buồn:

- Nhiều lần ngồi nghe thùy dương reo bên cạnh hồ nước trong xanh bên những đụn cát trắng mênh mông chạy ra biển, mình thấy thật tiếc khi nghĩ đến cảnh sống của những người dân ở dưới làng.

Tâm nói:

- Biết đâu họ chẳng là du kích hay gia đình của đám VC địa phương.

Chỉnh gật đầu:

- Chắc là như rứa. Nhưng điều khó hiểu là những người dân sống gần như biệt lập ni không tỏ lộ một thái độ chi có vẻ thù địch với mình mà còn thân tình nữa. Tôi đã thấy như rứa trong cuộc hành quân phối hợp với một tiểu đoàn Mỹ kéo dài hơn 2 tuần cách đây mấy tháng ở Đại Lộc, Thanh Hương và mấy làng ven biển, phía Thanh Hương đi ra. Vì trong thời gian hành quân, Mỹ bao vòng ngoài, còn mình hoạt động sát dân cả ngày lẫn đêm, nên đã xảy ra một chuyện là mấy mụ sồn sồn và mấy o gái đã để cho lính mình ăn nằm với họ dễ dàng. Sau hành quân, nghe đám lính kháo với nhau, tôi mới hiểu họ đã làm như rứa vì cần có con.

Tâm ngạc nhiên:

- Mấy vùng đó thiếu đàn ông đến độ đó sao! Thế đám du kích và đám cơ sở nằm vùng đâu?

- Hẳn là thiếu, vì trong làng chỉ còn mấy ông già. Còn đám du kích có được bao nhiêu thì mình chỉ phỏng đoán, khoảng trung đội là nhiều.

- Kết quả ra sao, anh có theo dõi không?

Chỉnh lắc đầu:

- Làm răng theo dõi. Phải có cuộc hành quân như rứa mới thấy được. Tôi vẫn còn nhớ những o gái phong phanh chiếc áo cánh đen hay nâu với ánh mắt vui đem khoai mì, khoai lang đến ăn chung với đám lính. Trong thời gian hành quân, mình được Mỹ cung cấp đồ hộp loại C Ration, nên mỗi sáng mấy nhà dân cũng như quán cà phê khi mấy o gái giúp đám lính nấu món cà phê thập cẩm gồm cà phê, xô cô la, sữa bột và đường trộn lẫn. Nhìn mấy người già nhấm nháp cà phê với điếu thuốc lá Mỹ, tôi nghĩ có lẽ đó là lần đầu tiên họ biết đến loại đồ uống nớ. Những bữa ăn cũng rứa, mấy o lấy rau cải và bầu trong vườn nấu với thịt hộp - Chỉnh cười: cũng hầm bà làng các loại thịt ba lát, thịt heo xay và thịt bò trộn lẫn trong một xoong lớn và họ quây quần ăn chung như người nhà. Ngày từ giã, tôi thấy rõ sự quyến luyến trong ánh mắt buồn của họ. Chẳng biết chừ họ nghĩ chi và nhớ chi trong cảnh sống với lính, còn đám lính đi là hết - Ngừng một lát, Chỉnh chậc lưỡi: Thật tội nghiệp!

- Ngày mai mấy giờ anh đưa tôi ra Hải Nhuận?

- Khoảng gần trưa. Sáng mai anh cũng nên đi một vòng cho biết chợ Hương Điền. Ở chợ có mấy quán cà phê khá đậm đà, trong đó đông nhất và ngon nhất là quán o Khuê - Chỉnh cười: Đông và ngon, vì chủ quán rất dễ thương, được cả người lẫn nết. Mỗi lần thấy lính và trai làng quần áo tươm tất, ra vô tấp nập để được nhìn ánh mắt, nụ cười của mấy o bán cà phê, tôi lại nhớ đến mấy o gái ở Thanh Hương, Đại Lộc. Mấy o nớ chân tay làm nông có thô hơn, nhưng những nét quyến rũ khác thì còn hơn. Chỉ cách nhau mươi cây số, liền ruộng liền đường mà cảnh sống khác nhau như rứa.

Chỉnh đứng dậy, vừa bước ra vừa nói: Biết làm răng. Thôi, chừ đi ngủ.

Tâm đứng lại trước cửa hầm, nhìn bóng Chỉnh khuất sau bờ giao thông hào. Dưới ánh sáng sao, tòa nhà chi khu nổi lên như một khối trắng trơ trụi giữa một vòng thành bao cát đen. Theo từng cơn gió, chàng nghe thấy những đợt âm thanh rào rào vi vút từ phía đụn cát vẳng lại. Đó là tiếng reo của thùy dương hay tiếng sóng đêm biển động? Chàng không nhận ra, nhưng lúc này mới cảm được lời của ông đại đội trưởng khi đối diện với đồn lũy trong bóng đêm. Nghĩ đến lời giới thiệu của Chỉnh về cô chủ quán được cả người lẫn nết, chàng mỉm cười về việc mình đã lấy cà phê, món quà Yến tiễn chàng ra đơn vị để kết thân với chủ đò. Dáng Yến trong tà áo xanh bay vờn về phía sau, hớt hải đi như chạy vào phòng đợi ở phi trường với những lời nói như một luồng sóng ập đến:

- Nhìn đồng hồ, rồi nhìn taxi lao xuống đèo như gió mà em vẫn thấy chậm. Em nghĩ là trễ mất rồi!

- Máy bay cất cánh chậm nửa giờ, nên thời gian đã giúp em. Mà sao lại cứ rắc rối. Bảo đi thì nói là sợ đưa tiễn ở phi trường. Rồi cuối cùng lại hớt hải lao vào phòng đợi như chỗ không người.

- Em không biết!

Chàng mỉm cười nhớ lại đôi môi phụng phịu như muốn ăn vạ theo câu nói, rồi bước vào hầm. Tâm mở ba lô lấy bức thư Yến đưa khi chàng sắp lên máy bay. Bức thư Tâm đã đọc nhiều lần, nhưng lúc này bỗng chàng muốn thấy Yến bằng những dòng chữ của nàng. Chàng hình dung lúc Yến viết thư với mái tóc xõa và bàn tay thon chạy trên giấy ở chiếc bàn bên cửa sổ có mấy cây mimosa lá bạc trắng. Tâm ngồi xuống cạnh chiếc đèn dầu đầy thiêu thân, ánh sáng chập chờn theo gió lùa qua cửa.

Đà Lạt đêm....

Anh thương yêu,

Em đã đi nằm và cố tìm sự yên tĩnh dỗ giấc ngủ. Nhưng mỗi lần tìm yên đó chỉ được vài phút, rồi trí tưởng lại lan man bay nhẩy dẫn em tới với anh lúc nào không hay... Cứ thế, trí em quay vòng theo thời gian với những chuyện cũ, mới. Em nghĩ là nếu cứ nằm nghĩ thì sẽ hết đêm, nên em đã dậy viết thư cho anh, vì nghĩ rằng viết thư xong thì sẽ ngủ yên. Nhưng khi ngồi vào bàn, cầm bút mới thấy sự hồi tưởng miên man thật khó ghi lại thành lời cho đầy đủ, mạch lạc. Trong khi em đang tìm cách viết thì bỗng nghĩ tới cuốn nhật ký em đã viết hơn một năm qua và chợt nhận ra là những điều hồi tưởng lúc này cũng gồm những điều đã ghi trong nhật ký. Thế là em giở tập nhật ký đọc lại và chép những đoạn ghi từ tết đến giờ gửi cho anh.

Ngày...............

Em đã nói chuyện với anh qua những đoạn nhật ký. Đêm nay em chỉ cách anh mấy đoạn đường, nhưng từ ngày mai thì biết bao nhiêu khoảng đất trời như bài thơ

Khúc Ly Đình của Cao Thị Vạn Giả. Em sẽ nghe anh học đêm, học ngày và đọc sách. Nhưng học gì, đọc gì thì cũng không làm cho em bớt được nỗi sợ không gian và thời gian. Hàng ngày đi học, em phải đi qua chùa Linh Sơn, và chiều chiều em nghe tiếng chuông chùa Linh Quang. Trước kia, tiếng chuông đã giúp anh nhẹ người, bay cao, còn bây giờ với em, tiếng chuông ngân sẽ đưa em đi đâu? Đến bao giờ em mới thoát khỏi nỗi sợ hãi không gian và thời gian như em đang sợ trong đêm nay?

Cuộc cờ thế sự binh đao,
Phút giây tái ngộ ngày sau biết còn?

Tại sao hai câu này lại quấn lấy em?

....

Tâm gấp bức thư để trên đầu sạp, với bao thuốc lấy một điếu, nhưng vừa châm xong thì bỗng những tiếng nổ oàng.. oàng... rung chuyển hầm làm chiếc đèn nghiêng đổ, lăn xuống đất. Cùng với những tia lửa lửa đỏ của đạn pháo giải trên sân, tiếng đạn nổ bùng lên ào ạt khắp nơi. Người Tâm run lên từng chập. Chàng ngồi xuống đất, cố trấn tĩnh một lúc lâu, rồi quơ tay lấy giây băng đạn quàng vào cổ, chụp chiếc nón sắt lên đầu, rồi xách khẩu carbine M2 chạy ra khỏi hầm. Chàng cúi khom người dưới những âm thanh chíu.. chíu... bao quanh mình, lần tới một chỗ có lỗ châu mai lộ thiên, ở gần đấy mấy binh sĩ cúi đầu sát bờ bao cát đang nhả đạn. Theo đường đạn đại liên rải quạt trên hàng kẽm gai và ánh hỏa châu, Tâm nhìn thấy lố nhố những lớp người lao vào hàng thép gai với những tấm ván, rồi bật lên, ngã xuống, hết lớp này đến lớp khác. Chi khu thành một thảm lửa dưới những nháng lửa bùng lên của đạn pháo. Tâm nhắm bắn từng loạt vào những bóng người trườn dưới hàng rào và tay run lên khi thay băng đạn. Những lớp đất, cát tung lên như mưa văng vào người và chàng nghẹt thở trong khói và mùi thuốc đạn. Nhưng hình như mùi thuốc đạn với những tiếng nổ ù tai đã như một thứ thuốc kích thích khiến chàng trườn hẳn lên bờ bao cát bóp cò nhanh hơn.

Tâm đang nhắm bắn những bóng người nhô lên, hụp xuống trong mấy hàng rào ở giữa thì những tia lửa dài cùng với tiếng nổ như sét đánh của đạn đại bác bùng lên ở phía đụn cát sau Chi Khu và bên trái sát bờ làng. Cùng lúc ấy phía hầm đại liên bùng lên những tia lửa xanh với những tiếng nổ hất chàng lên, và tiếng đại liên vụt tắt. Đại liên bị diệt rồi – Tâm nghĩ nhanh, nhưng liền sau đó, chàng thấy xạ thủ đại liên ôm súng với băng đạn vắt ngang cổ, nhào đến ụ đại liên lộ thiên, chỉ cách chàng mươi bước, rồi đại liên lại nháng lửa nổ rền.

Hàng loạt tiếng đại bác bùng lên với những

tia chớp chuyển gần vào hàng rào thép gai. Tai ù như điếc trong khói bụi mù mịt, nhưng Tâm vẫn thấy những bóng đen nhô lên, hụp xuống ở mấy hàng rào trong ánh ánh lửa đang bốc cháy từ căn nhà ở ven làng và loáng thoáng đã có bóng người trườn vào đến gần mấy hàng rào cuối cùng..... Đất cát vẫn từng đợt như mưa đổ xuống... người chàng ướt đẫm, Tâm vừa bóp cò vừa nghĩ: Chúng sắp vào đến nơi...

4

Trung úy Chỉnh nhìn những người lính mặt hốc hác bơ phờ một lúc, rồi nói:

- Đêm qua, địch đã dồn lực để mong dứt điểm một chi khu còn nhiều yên ổn, nhưng chúng đã thất bại, vì đụng phải hai điều: Thứ nhất là mặc dù quân số ít, nhưng do phản ứng nhanh với công sự vững chắc, nên chúng ta đã giữ vững được vị trí và diệt được những đợt xung phong đầu tiên. Thứ nhì là ông Chi Khu Trưởng, nguyên là sĩ quan pháo binh, nên đã có thể và dám điều chỉnh pháo binh bắn vô tận mấy hàng dây thép gai phía ngoài. Cứ nhìn ra hàng rào, anh em sẽ thấy sự tập trung lực lượng và sự thí mạng người theo chiến thuật biển người, tiền pháo hậu xung, thứ chiến thuật coi mạng người như kiến của địch trong nỗ lực hủy diệt những căn cứ và đồn bót của ta.

Ở đây, tôi muốn nói lên một điều là sự bình tĩnh và dũng cảm của anh em đã cứu chúng ta, đã giữ vững được chi khu. Chúng ta đã quen với chiến trận và chết chóc, nhưng từ sáng tới chừ, tôi không muốn nhìn ra phía hàng rào quanh chi khu. Vì cái chết của ai thì cũng đau thương với tiếng khóc của những người mẹ, người vợ và những đứa con.

Chỉnh ngừng lại, nhìn cảnh tượng đổ nát với gạch vụn, mảnh đạn và những miếng tôn quằn ngổn ngang đầy sân – Cúi đầu một lúc, rồi ngước lên:

- Chúng ta cũng phải chịu tổn thất. Nhưng con số 9 im lặng và 6 rách áo vẫn là nhẹ so với cường độ pháo và tấn công của địch. Riêng tổ đại liên của anh Tường bị quá nặng, vì địch đã tập trung B40 để cố diệt khẩu đại liên cản mũi tấn công chính của chúng, nên anh em ở gần đó đều bị hại. Trong số 9 người hy sinh thì 6 người quê quán ở Hương Điền, nên hôm nay chúng ta sẽ đưa anh em về tận nhà. Còn 3 người cùng với số anh em bị thương sẽ được trực thăng chuyển về Huế. Anh Phúc theo trực thăng đưa anh em về quân y viện Nguyễn Tri Phương và làm ngay những việc phải làm của quân số.

Chúng ta đều thấm mệt, nhưng xin anh em rán sức thu dọn lại hầm hố. Thôi, anh em tan hàng.

Nhìn đám lính thất thểu đi vô giao thông hào đổ nát, Chỉnh nói với Phúc:

- Anh sẵn sàng, trực thăng sắp tới đấy. Chừ tôi lên chi khu họp.

Phúc đi ra bãi đất trống trước chi khu. Những người lính bị thương, người nằm trên cáng, trên cỏ, người ngồi bệt trên bờ ruộng. Cạnh đó là 3 gói poncho cuộn xác 3 người tử trận. Trong hàng rào thép gai, ngổn ngang những cái xác mặc quần đùi bên cạnh những tấm ván ngắn, có xác vắt ngang trên dây kẽm, có xác còn ngồi gục tựa vào hàng rào...

Phía trước chi khu, từ đường xuống đến khu đất trống, dân chúng tụ tập đông nghẹt. Phúc thấy Khuê đang nhìn về phía mình, nên bước nhanh tới nói:

- O Khuê, hôm ni thì hết tới quán o. Tôi phải đưa ông chuẩn úy về Huế. Ông ấy chết rồi!

Khuê mở mắt lớn, mặt tái đi, môi mấp máy nhìn Phúc, rồi nhìn về phía mấy bọc poncho trên bờ ruộng. Cùng lúc ấy chiếc trực thăng xuất hiện ở phá, bay một vòng quanh chi khu, rồi quay lại đáp xuống bãi đất trống theo dấu trái khói. Chỉ trong khoảng 20 phút, chiếc trực thăng lại cất cánh bay ra phá.

Đứng nhìn theo chiếc trực thăng bay lên cao, xuôi phá về phía nam và biến mất trong đám mây, Khuê cúi xuống lấy tay áo chùi nước mắt, thẫn thờ bước ra đường.

THẢM KỊCH CỦA PHẬT GIÁO VIỆT NAM DƯỚI CHẾ ĐỘ ĐỘC TÀI TOÀN TRỊ

Các thầy chỉ có hai con đường: Theo hoặc chống. Các thầy theo, chúng tôi tạo điều kiện cho sinh hoạt. Các thầy chống, chúng tôi còn đủ xe tăng thiết giáp đó.

(Mai Chí Thọ, Chủ Tịch UBND thành phố Hồ Chí Minh nói với Hoà Thượng Trí Thủ)

Theo dõi tấn thảm kịch của Phật Giáo Việt Nam dưới chế độ cực quyền, chúng tôi có một số nhận định, xin ghi lại như sau:

I. Về chính sách của đảng Cộng Sản

Theo một số tài liệu và căn cứ vào những sự việc cụ thể, có thể nói từ 1954 đến nay, đảng Cộng

Sản Việt Nam đã hủy hoại Phật Giáo theo hai chính sách: Thứ nhất là huy diệt và thứ hai là biến Phật Giáo thành công cụ.

1. Chính sách hủy diệt

Với cơ chế chuyên chính vô sản, việc huỷ diệt Phật Giáo đã được thực hiện triệt để ở miền Bắc sau 1954, và dưới cơ chế cải tạo xã hội chủ nghĩa, Phật Giáo đã bị tiêu huỷ dễ dàng.

Trước hết là quản thúc hoặc giết những vị sư chống lại chính sách tôn giáo của đảng Cộng Sản. Sách Việt Nam Phật Giáo Sử Luận, tập 3 của Nguyễn Lang (Thích Nhất Hạnh) đã ghi lại:

- Hòa thượng Thích Mật Thể theo kháng chiến cho đến năm 1961 thì mất. Trong thời gian từ 1957 đến 1961, vì chống lại chính sách tàn phá Phật Giáo của nhà nước Cộng Sản, ngài đã bị quản thúc, cô lập hoàn toàn ở Hà Tĩnh và Nghệ An.

- Thiền Sư Tố Liên, người có công rất lớn trong việc xây dựng và phát triển cơ sở Phật Giáo miền Bắc, và thiền sư Tuệ Tạng, Thượng Thủ Giáo Hội Tăng Già Toàn Quốc, đã bị quản thúc, cô lập ở Nam Định.

- Thiền sư Vĩnh Tường, trụ trì chùa Thần Quang, Hà Nội, người đã đúc pho tượng bằng đồng lớn nhất Việt Nam, đã bị bức tử, phải uống át xít tự tử năm 1955 tại chùa Thần Quang.

"Phật Giáo tại miền Bắc, từ năm 1954 trở đi đã chìm vào bề sâu. Không tạp chí Phật Giáo nào được xuất bản, không Phật Học Viện nào được mở cửa thâu nhận học tăng, không có kinh sách nào được xuất bản, trừ bộ kinh Lăng Nghiêm của cư sĩ Tâm Minh. Phật tử chỉ được tổ chức lễ mỗi năm hai kỳ: Ngày Phật Đản và ngày Vu Lan. Tăng sĩ từ 30 tuổi trở xuống đều phải cởi áo hoặc để đi vào quân ngũ hoặc đi vào mặt trận sản xuất. Các Phật Học Viện không còn học tăng. Mỗi tự viện chỉ còn lại một hoặc hai tăng sĩ lớn tuổi. Những vị này phải dùng phần lớn thì giờ của mình để làm công việc canh tác sản xuất. Ruộng đất của chùa được hiến cho nhà nước để làm cách mạng xã hội. Giáo Hội không còn tài sản nào để làm cơ sở hành đạo".

Sách Việt Nam Phật Giáo Sử Luận chỉ ghi được mấy vị cao tăng nổi tiếng, với ít nét về sự hủy diệt trên. Còn sự thực thì con số tăng ni bị hủy diệt chắc phải rất lớn. Vì theo sự chứng kiến tại chỗ của Hòa Thượng Quảng Độ trong thời gian Hoà Thượng bị lưu đày ở Thái Bình, được ghi lại trong sách *"Nhận Định Về Những Sai Lầm Tai Hại Của Đảng Cộng Sản Việt Nam Đối Với Dân Tộc và Phật Giáo"*, thì từ 1954, Cộng Sản tiếp thu Hà Nội, đã hoàn toàn làm chủ miền Bắc từ vĩ tuyến 17 trở ra, bắt đầu thực hiện chủ nghĩa cộng sản, nhất là sau cuộc đấu tranh giai cấp, cải cách tố khổ, thì ở nông thôn, việc phá đình chùa, miếu mạo không còn phải e ngại gì nữa. Nhiều đình chùa bị trưng dụng làm nhà kho chứa thóc lúa, nông cụ, hoặc phá đi để lấy gạch, gỗ để làm nhà kho, sân kho, nhà nuôi lợn của Hợp Tác Xã. Còn ở thành thị thì chùa được trưng dụng làm cơ sở sản xuất công nghệ, làm trụ sở uỷ ban, làm nơi hội họp, cũng có chỗ làm nhà chăn nuôi".

Nhà văn Hoàng Quốc Hải *(tác giả Bão Táp Triều Trần)* đã tổng kết:

"Phải nói chính quyền đã có khá nhiều biện pháp cứng rắn trong lãnh vực này (tôn giáo) như cấm các hội lễ, phá chùa, đập tượng, dỡ bỏ hoặc ngăn cấm các đền thờ Mẫu, đưa đi cải tạo, bắt giam các người làm nghề bói toán, đồng cốt nhảm nhí... Đảng viên, đoàn viên phải từ bỏ các tôn giáo mình theo. Trong các gia đình phần lớn không còn bàn thờ tổ tiên. Các chùa chiền ở nông thôn nếu còn sót lại thì hoang phế, quạnh hiu, các điện thờ Mẫu ở các gia đình không được phép tồn tại. Các chùa chiền, đền miếu còn sót lại ở đô thị cũng vắng tanh vắng ngắt. Một số người già lui tới các nơi thờ phụng này, gần như là một sự lén lút. Tưởng như chúng ta đã triệt bỏ được tận gốc của vấn đề".

(Hoàng Quốc Hải: Văn Hóa Phong Tục, Hà Nội, Văn Hóa Thông Tin, 2001, trg 435)

Và trong một bữa ăn tại nhà của nhà thơ, tiến sĩ sử Phan Lạc Tuyên năm 1982 (Sài Gòn), ông Hoàng Quốc Hải và học giả Đào Duy Anh đã cho biết ở miền Bắc sau 1954, việc tận diệt tinh thần duy tâm với việc phá bỏ đình chùa, miếu, nhà thờ... đã trở thành một thứ thành tích của mấy ông quan cộng sản bí thư, chủ tịch của các tỉnh, huyện.

2. Chính sách biến Phật Giáo thành công cụ.

Sau khi chiếm miền Nam và thống nhất đất nước, đảng Cộng Sản tiến hành việc thống nhất Phật Giáo thành một tổ chức chính trị do đảng lãnh đạo. Ông Đỗ Trung Hiếu, một cán bộ cộng sản ở miền Nam, đặc trách về tôn giáo và là cán bộ chủ chốt trong công tác thống nhất Phật Giáo năm 1981, trong bài *"Thống Nhất Phật Giáo"*, viết năm 1994 đã cho biết việc thống nhất Phật Giáo là thống nhất Phật Giáo của đảng gồm Hội Phật Giáo Thống Nhất Việt Nam ở miền Bắc và Ban Liên Lạc Phật Giáo Yêu Nước ở miền Nam với Giáo Hội Phật Giáo Việt Nam Thống Nhất. Tiến trình thống nhất gồm những việc sau:

a. Chính quyền ép buộc

Với Giáo Hội Phật Giáo Việt Nam Thống Nhất,

chính quyền chủ trương tranh thủ Hoà Thượng Thích Đôn Hậu, Chánh thư ký Viện Tăng Thống, Hoà Thượng Thích Trí Thủ, Viện Trưởng Viện Hóa Đạo, Thượng Tọa Thích Trí Quang, Viện Hóa Đạo. Còn Thượng Tọa Thích Huyền Quang, Phó Viện Trưởng Viện Hóa Đạo, Thượng Tọa Thích Quảng Độ, Tổng Thư Ký Viện Hóa Đạo, Thượng Tọạ Thích Thiện Minh, Cố Vấn Viện Hóa Đạo cương quyết chống lại việc thống nhất theo ý đảng, nên được gọi là thành phần cực đoan quá khích, sẽ dùng chuyên chính vô sản giải quyết.

Gọi là tranh thủ những người có thể tranh thủ, nhưng thực sự là chính quyền đã ép buộc. Việc này Đỗ Trung Hiếu chỉ nói mấy điều về chính sách và không nói việc ép. Còn trong bài nói chuyện với tăng sinh tại chùa Từ Hiếu ở Huế năm 2002, Thượng Tọa Tuệ Sỹ cho biết:

"Tôi nói cái nguyên nhân khai sinh ra Giáo Hội Phật Giáo Việt Nam và từ khi Giáo Hội ra đời. Đó là thời kỳ rất căng thẳng. Lúc đó Hòa Thượng Trí Thủ làm Viện Trưởng Viện Hoá Đạo, và có hôm đi họp về Ôn kể lại với tôi việc tiếp xúc chính quyền. Hồi đó Mai Chí Thọ làm chủ tịch Ủy Ban Nhân Dân thành phố Hồ Chi Minh, và ông Mai Chí Thọ nói thế này: *"Các thày chỉ có hai con đường: Một là theo, hai là chống. Các thầy theo, chúng tôi tạo điều kiện cho sinh hoạt. Còn các thầy chống, chúng tôi còn đủ xe tăng thiết giáp đó. Các thầy muốn chống thì chống đi!"*. Hòa Thượng nói: Theo, chúng tôi không theo, mà chống, chúng tôi cũng không chống. Nhưng họ nói không có con đường thứ ba. Rồi tới khi vận động thành lập thống nhất, Ôn rất căng thẳng. Dưới áp lực của chính phủ, hoàn toàn Ôn không muốn làm. Ôn bảo muốn rút lui. Ôn không chịu nổi vấn đề này. Nhưng cuối cùng Hòa Thượng Trí Thủ đã phải đi tiếp và thầy Tuệ Sỹ đã nhắc lại lời của Hòa Thượng về việc Hoà Thượng phải đi tiếp là: *"Tôi sẽ chịu nhục cho mấy thầy làm việc"*.

b. Chính quyền đẩy:

Với phương cách uyển chuyển và dùng sự liên hệ mật thiết của Đỗ Trung Hiếu với Hòa Thương Trí Thủ (Mẹ của Hiếu đã qui y Hòa Thượng Trí Thủ, và năm 1959, bị an ninh VNCH truy gắt, Hiếu đã được Hòa Thượng cho nương náu ở Phật Học Viện Hải Đức, Nha Trang), chính quyền vận dụng Đỗ Trung Hiếu đẩy Hoà Thượng Trí Thủ với những lời lẽ rất đẹp là việc thống nhất là sự nghiệp của chính các nhà sư. Đảng chỉ vạch đường và tạo điều kiện cho các nhà sư làm. Vì thế Hòa Thượng Trí Thủ, Hòa Thượng Đôn Hậu, Hòa Thượng Trí Tịnh, Thượng Tọa Minh Châu đã đứng ra thành lập Ban Vận Động Thống Nhất Phật Giáo và Hòa Thượng

Trí Thủ đã được bầu làm Trưởng Ban.

c. Thảo Hiến chương và thành lập Giáo Hội Phật Giáo Việt Nam.

Theo Đỗ Trung Hiếu thì sau khi thành lập Ban Vận Động Thống Nhất Phật Giáo, Hòa Thượng Trí Thủ bàn bạc với Hòa Thượng Trí Tịnh tiến hành soạn thảo Hiến Chương Giáo Hội Phật Giáo Việt Nam. Vì thế Hòa Thượng Trí Tịnh đã cùng với Hòa Thượng Mật Hiển, Thượng Tọa Minh Châu và Từ Hạnh thảo Hiến Chương ở chùa Vạn Đức, huyện Thủ Đức. Nhưng sự thật việc thảo Hiến Chương theo *Biên Niên Sử Gia Đình Phật Tử (1975-1998)*, Thị Nguyên cho biết là Mười Anh (Đỗ Trung Hiếu), Từ Hạnh và Ba Lực đã soạn thảo Hiến Chương, được Trưởng Ban Dân Vận Trần Quốc Hoàn chấp thuận và chỉ đạo cho Trí Tịnh, Mật Hiển và Minh Châu đem về chùa Vạn Đức nhuận chính lại theo văn phong với sắc thái Phật Giáo.

Từ đó Bản Hiến Chương mới có những câu sau ở lời nói đầu:

- Cũng như trong sự nghiệp giải phóng dân tộc ngày nay do Hồ Chủ Tịch và Đảng Cộng Sản Việt Nam lãnh đạo.

- Cả nước đang xây dựng chủ nghĩa xã hội.

- Giáo Hội Phật Giáo Việt Nam là một tổ chức Phật Giáo duy nhất đại diện cho Phật Giáo Việt Nam về mọi mặt quan hệ ở trong nước và nước ngoài.

- Giáo Hội Phật Giáo Việt Nam hoạt động trong khuôn khổ hiến pháp và luật pháp của nước Cộng Hòa Xã Hội Chủ Nghĩa Việt Nam.

- Chương II điều 4 thêm: Và tổ quốc xã hội chủ nghĩa.

- Chương V điều 18 qui định hoạt động của giáo hội gồm vào trong 6 ban một cách hình thức.

- Chương VI, từ điều 23 đến 26, 27 tổ chức Giáo Hội teo dần và cơ sở là tự viện, tịnh xá, niệm Phật đường, tức lấy chùa làm cơ sở chứ không phải lấy quần chúng phật tử làm đơn vị cơ sở của tổ chức giáo hội.

Đỗ Trung Hiếu kết luận: Như vậy tinh thần của cụ Xuân Thủy được thể hiện trong bản Hiến Chương này rõ rệt: Đạo pháp – Dân Tộc - Chủ Nghĩa Xã Hội và cơ cấu tổ chức là hình tháp lộn ngược. (Đỗ Trung Hiếu nói như vậy vì 2 năm trước Hiếu đã được Xuân Thủy chỉ đạo về nội dung và cơ cấu tổ chức Giáo Hội Thống Nhất).

Như thế việc thảo Hiến Chương, Hiếu làm đềnh

dang, mô tả tính chất thiêng liêng: "Buổi khai bút trang nghiêm tại thiền viện, lầu 3 chùa Vạn Đức, Hòa Thượng Trí Tịnh, Mật Hiển, Thượng Tọa Minh Châu, Từ Hạnh tắm gội tinh khiết. Toàn thiền viện xông trầm thơm nức, ngập phòng trầm hương nghi ngút, bay quyện thiêng liêng. Tất cả qùi trước Đức Phật nguyện cầu và khai bút".

Nhưng thật sự thì Đỗ Trung Hiếu đã lừa dối Hòa Thượng Trí Thủ, nên cuối cùng mới có vấn đề là Ban Tôn Giáo Chính Phủ đề nghị Hiếu gặp Ôn Già Lam để thuyết phục theo hướng này (hướng của đảng). Hiếu từ chối. Ông Nguyễn Quang Huy (Ban Tôn Giáo Chính Phủ) gặp Hòa Thượng Trí Thủ và Ban Vận Động Thống Nhất Phật Giáo Việt Nam để đả thông. Tăng ni và phật tử trong Giáo Hội Phật Giáo Việt Nam Thống Nhất phản ứng gay gắt. Hòa Thượng Trí Thủ nói với Hiếu: Thống nhất theo kiểu này, tới cũng khó mà lui cũng khó. Hiếu lại dùng lời đẹp thuyết phục: Thực tế diễn ra có thể tốt đẹp hơn. Mấu chốt bây giờ là con người. Mình phải uyển chuyển.

d. Thành lập Giáo Hội Phật Giáo Việt Nam

Trên 140 đại biểu miền Nam ra Hà Nội (1/11/81) tham dự Đại Hội Thống Nhất Phật Giáo Việt Nam. Đại hội họp 4 ngày, từ 4-7/11/1981, và Giáo Hội Phật Giáo Việt Nam được thành lập với thành phần lãnh đạo:

Hội Đồng Chứng Minh: Pháp Chủ: Hòa Thượng Thích Đức Nhuận.

Đệ Nhất Phó Pháp Chủ: Hòa Thượng Thích Đôn Hậu.

Hội ĐồngTrị Sự: Chủ Tịch: Hòa Thượng Thích Trí thủ.

Phó Chủ Tịch: Hòa Thượng Thích Trí Tịnh.

Như thế Giáo Hội Phật Giáo Việt Nam ra đời đã xóa sổ Giáo Hội Phật Giáo Việt Nam Thống Nhất. Và việc thực hiện việc xóa sổ đã được tiến hành từ năm 1978. Thời gian phải kéo dài vì trong việc này, đảng chỉ kéo được mấy người chủ chốt của Giáo Hội Phật Giáo Việt Nam Thống Nhất là HT Đôn Hậu, HT Trí Thủ, HT Trí Tịnh và TT Minh Châu, còn nhiều vị trong Viện Tăng Thống và Viện Hóa Đạo đã chống lại mà tiêu biểu là TT Thiện Minh, Cố vấn Viện Hóa Đạo, TT Huyền Quang, Phó Viện Trưởng Viện Hóa Đạo, TT Quảng Độ, Tổng Thư Ký Viện Hóa Đạo, TT Minh Kiến, Phó Tổng Thư Ký Viện Hóa Đạo... Những vị này đã quyết liệt phản kháng âm mưu thống nhất Phật Giáo theo mô hình của đảng Cộng Sản.

Đảng gọi những vị này là thành phần cực đoan

quá khích. Vì thế tháng 4/78, Thượng Tọa Thiện Minh bị bắt và bị tra tấn đến chết (gẫy hết răng và vỡ đầu) tại trại 4X, trại thẩm vấn, đường Nguyễn Trãi, Sài Gòn, nhưng công an lại chở xác ra Hàm Tân (Thuận Hải). Giấy báo tử được đưa về chùa Già Lam và Hoà Thương Trí Thủ đã cùng TT Trí Quảng và Trí Siêu đi ra Hàm Tân để nhìn mặt. Hòa Thượng Trí Thủ xin được vuốt mặt người chết. Công an không cho. Xin tham dự buổi lễ mai táng. Không cho. Công an không cho phép làm bất cứ việc gì, với lý do "Cho dù đã chết, ông Đỗ Xuân Hàng (Thiện Minh) vẫn là một tội nhân, mà tội nhân thì nội quy trại không cho phép những yêu cầu như thế).

(Bảo Trân: Câu chuyện thầy Thiện Minh, Quê Mẹ, số 90-91, Paris, 1988)

Còn TT Huyền Quang, TT Quảng Độ bị bắt (2/1982), bị đưa đi quản thúc ở Quảng Ngãi và Thái Bình.

Như thế là trên danh nghĩa Giáo Hội Phật Giáo Việt Nam Thống Nhất đã bị khai tử và từ sự khai tử này Giáo Hội Phật Giáo Việt Nam (Giáo Hội của đảng Cộng Sản) đã chiếm đoạt nhân sự và cơ sở của GHPGVNTN làm cơ sở của mình. Sự việc này đã được HT Quảng Độ ghi lại trong cuốn Nhận Định như sau:

"Sau đó, HT Trí Thủ, Trị Sự Trung Ương của Giáo Hội Nhà Nước về chiếm văn phòng Viện Hóa Đạo tại chùa Ấn Quang làm văn phòng Thành Hội Phật Giáo của Giáo Hội Nhà Nước. Hòa Thượng Thích Đôn Hậu, chánh thư ký kiêm xử lý Viện Tăng Thống GHPGVNTN đã gửi văn thư phản đối việc làm của HT Trí Thủ. Rồi từ đó trở đi, tất cả tổ chức của GHPGVNTN từ trung ương đến các địa phương đều bị buộc phải hạ bảng hiệu của Giáo Hội xuống và trương bảng hiệu của Giáo Hội Nhà Nước lên thay, luôn cả trụ sở, nhân viên của GHPGVNTN trước đây cũng được biến thành trụ sở, nhân viên của Giáo Hội Nhà Nước, cũng chánh đại diện, thư ký và ban này, ban nọ, hệt cơ cấu tổ chức của GHPGVNTN, chỉ khác cái tên gọi "Giáo Hội Phật Giáo Việt Nam" tức Giáo Hội Nhà Nước mà thôi. Thật là một đòn gậy ông đập lưng ông hiểm độc. Đây mới chỉ là mưu đồ ngắn hạn, tức mới chỉ dùng người của GHPGVNTN để triệt hạ GHPGVNTN, còn về dài hạn thì cái Giáo Hội Phật Giáo Nhà Nước ấy được dùng để tiêu diệt Phật Giáo một cách hợp thức, hợp pháp, cũng như cái Hội Phật Giáo Thống Nhất Việt Nam do sư cụ Trí Độ làm hội trưởng ngoài Bắc trước đây vậy".

Việc hủy diệt tôn giáo nói chung và Phật Giáo

nói riêng là mục tiêu chiến lược của đảng Cộng Sản. Nhưng sau khi chiếm miền Nam, chiến thuật của đảng đã thay đổi. Theo Đỗ Trung Hiếu thì *"Cuộc thống nhất Phật Giáo lần này (1981), bên ngoài do các Hòa Thượng gánh vác, nhưng bên trong bàn tay Đảng Cộng Sản Việt Nam xuyên suốt quá trình thống nhất để nắm và biến Phật Giáo trở thành một tổ chức bù nhìn của đảng"*. Như thế là đảng Cộng Sản đã từ chính sách hủy diệt ở miền Bắc chuyển sang chính sách đảng hóa Phật Giáo, biến Phật Giáo thành công cụ. Vì thế sau khi sau khi thành lập Giáo Hội Phật Giáo Việt Nam, Phật giáo được phép phát triển cơ sở mà giai đoạn đầu là biến những cơ sở của Giáo Hội Phật Giáo Việt Nam Thống Nhất thành của mình. Rồi được phép in sách, xây thêm chùa, đào tạo tăng sĩ với những Viện Phật Học, từ cấp thấp tới cấp cao và Phật tử được tới chùa lễ tự do.

Việc thay đổi chính sách này có thể giải thích là do tình thế biến đổi, nhất là từ thập niên 1990, đảng Cộng Sản phải thực hiện một chính sách gọi là đổi mới để quay đầu sang thế giới tư bản kiếm tiền, kiếm kỹ thuật và học cách làm ăn kiểu tư sản, nói chung là tìm cách sống chung với thế giới dân chủ. Vì thế đảng không thể duy trì chính sách hủy diệt tôn giáo như ở ngoài Bắc sau 1954 hay ở miền Nam vào những năm cuối thập niên 1970 mà phải mở cửa cho tôn giáo để tôn giáo có một phần sinh hoạt gọi là tự do, nhưng là tự do trong vòng tay của đảng, trong hệ thống đảng hóa tôn giáo với thành phần lãnh đạo là người, là sư của đảng. Nói chung là biến tôn giáo thành tổ chức của đảng. Có lẽ cho tới nay đảng chỉ hóa được một số linh mục, chớ đảng chưa đưa được Giáo Hội Thiên Chúa Giáo vào Mặt Trận Tổ Quốc. Còn Phật Giáo, vốn là một tôn giáo truyền thống, là một phần cốt tuỷ của văn hóa dân tộc, và tinh thần Phật Giáo bàng bạc ở đa số dân chúng trên cả nước. Nói là bàng bạc vì ngôi chùa và ông sư là hình ảnh thân thiết với người dân, nhất là ở nông thôn. Trong đó có nhiều người ít tới chùa, nhà chỉ có bàn thờ tổ tiên, nhưng vẫn coi mình là Phật Giáo với những ý niệm thiện ác, từ bi, hỷ xả, nghiệp báo, luân hồi. Vì thế tới lúc không hủy được nữa thì đảng phải tìm cách đảng hóa Phật Giáo, hóa những ông sư và phát triển cái hóa đó để đảng sử dụng. Do đó, sự phát triển của Phật Giáo dưới hệ thống đảng doanh sẽ đưa Phật Giáo tới suy vi. Và lúc đó Phật Giáo chỉ còn là một tổ chức để những ông sư đua tranh quyền lợi thế tục theo sự ban phát của đảng. Vấn đề này có thể nhận ra ở hai điểm sau:

Về việc biến thành công cụ:

Những ông sư lãnh đạo Giáo Hội Phật Giáo Việt Nam bị đảng hóa nên cũng qua đảng giành độc quyền Phật Giáo và nói theo đảng một cách lộ liễu là khi thế giới chỉ trích chính quyền đàn áp các vị tăng sĩ của Giáo Hội Phật Giáo Việt Nam Thống Nhất sau Đại Hội Nguyên Thiều ở Bình Định, tháng 10/2003, thì các vị tăng sĩ lãnh đạo Giáo Hội Phật Giáo Việt Nam như Hòa Thượng Trí Tịnh, Thanh Tứ, Trí Quảng, Chơn Thiện và Quảng Thiện... đã nhất loạt đồng thanh lên tiếng, vừa để bênh vực chính quyền, vừa giành độc quyền chính thống của mình qua mấy điểm xác quyết:

- Thứ nhất là nhà nước XHCNVN không đàn áp tôn giáo, không có việc bắt bớ tăng ni, tín đồ Phật Giáo.

- Thứ nhì là Giáo Hội Phật Giáo Việt Nam được thành lập năm 1981 là Giáo hội chính thống, đại biểu duy nhất cho Phật tử Việt Nam ở trong nước cũng như ở nước ngoài.

- Thứ ba là Giáo Hội Phật Giáo Việt Nam Thống Nhất không còn nữa, vì đã sáp nhập vào Giáo Hội Phật Giáo Việt Nam trong Đại Hội Thống Nhất Phật Giáo năm 1981.

- Thứ tư là phản đối hai nghị quyết về tự do tôn giáo tại Việt Nam của Hạ Viện Hoa Kỳ (19/11/03) và của Quốc Hội Âu Châu (20/11/03) là vu cáo xuyên tạc tình hình thực tế về tôn giáo tại Việt Nam và xâm phạm vào vấn đề nội bộ của Việt Nam.

Tất nhiên chúng ta hiểu khi nói lên những điều này là các vị sư lãnh đạo GHPGVN đã thành một cái loa của đảng Cộng Sản. Vì các vị ấy đã trên dưới 70 tuổi, như các ngài Trí Tịnh, Trí Quảng, Chơn Thiện và Quảng Thiện đã là những vị sư thuộc GHPGVNTN trước 1981 thì đã nằm lòng cái thảm kịch bị bức tử trên danh nghĩa, nhưng không chết thực của Giáo Hội Phật Giáo Việt Nam Thống Nhất từ 1981 đến nay, và cũng nằm lòng chính sách tàn phá tôn giáo của đảng Cộng Sản.

Về sự phát triển

Trên bề mặt, Phật Giáo từ thập niên 1990 tới nay đã phát triển với nhiều chùa lớn, với những Viện Phật Học ở Hà Nội, Huế, Sài Gòn... và các viện ấy đã đào tạo được nhiều lớp tăng sĩ. Nhưng nhìn vào nội dung thì đó không phải phát triển vì đạo pháp và dân tộc mà là phát triển theo hướng xã hội chủ nghĩa cho đảng Cộng Sản, đào tạo người cho đảng dùng. Vì cả một Giáo Hội lớn như thế với nhiều Viện Nghiên Cứu Phật Học mà chỉ có độc nhất tờ báo Giác Ngộ, dùng để chuyên chở tiếng nói của đảng về những chủ trương đối ngoại và chuyên chở những thông cáo của Mặt Trận Tổ Quốc, còn phần nói về đạo không tới đâu. Rồi sự phát triển chùa lớn dưới một chế độ độc tài áp chế không phải vì đạo pháp dân tộc mà là phát triển để làm kiểng, để phát triển mê tín, nơi để đảng kinh doanh Phật Thánh và là thứ vật chất đảng dùng để trói những ông sư theo đảng.

Còn việc đào tạo tăng sĩ cho đến nay chúng ta không biết con số bao nhiêu. Nhưng qua lời của Thượng Tọa Tuệ Sỹ, trong bài nói chuyện với tăng sinh ở chùa Từ Hiếu (Huế) thì "Ở đây mình có rất nhiều trường học, trung cấp có, cao đẳng có, học viện có... mà các thầy dạy cao đẳng Phật học chỉ trừ vài người, số còn lại không ai biết chữ Hán hoặc biết rất ít. Đọc sách chưa đủ chữ để đọc mà nghiên cứu kinh điển không biết chữ Hán coi như mất hết 50%. Không biết luôn Pali với Sankrit thì mất hết 100%. Trình độ học Phật như thế thì đi tới đâu. Thành ra mình phải thấy cái điều bất thường này là chùa to thì rất nhiều, tăng ni rất nhiều, trường học cũng rất nhiều mà nội dung không có. Một tình trạng không đơn giản chỉ là suy sụp mà là ... mình nói như la làng lên đi là nguy hiểm cho sinh mạng của Phật Giáo. Bởi học kiểu đó rồi ra trường, kinh điển đọc không hiểu, giảng kinh tầm bậy, cứ theo ý mình mà giảng kinh. Và Phật Giáo nếu còn tồn tại, chỉ tồn tại theo cái cách mà người ta coi ông Phật cũng như ông Địa. Nghĩa là thờ Phật để cầu buôn may bán đắt, cầu cho đừng bệnh tật, cho trúng số đề..."

Từ sự thực này, chúng ta hiểu việc phát triển bề mặt, nhiều viện đào tạo tăng sĩ cũng giống như đảng đào tạo cán bộ để có người phát triển Phật Giáo theo đường lối của đảng – đào tạo sư đi cúng và quảng bá mê tín – Phát triển Phật Giáo như thế là để hủy diệt tinh thần Phật Giáo. Tàn phá kiểu hủy diệt như ở miền Bắc sau 1954 thì nhanh hơn. Vì chỉ trong 20 năm mà làng không còn chùa, không còn sư, nên những người trẻ sinh sau 1954 đã không hiểu biết gì về Phật Giáo. Vì thế trong lễ Phật Đản năm 1975 tại chùa Hưng Long, Phú Thọ Hòa (SàiGòn), mấy anh bộ đội miền Bắc đã đứng trước chùa chỉ lên hình Đức Phật hỏi: Thằng bé kia là thằng nào?

II. Thảm kịch của Phật Giáo Việt Nam

A. Với Giáo Hội Phật Giáo Việt Nam Thống Nhất

1. Phục hoạt

Mặc dù Giáo Hội Phật Giáo Việt Nam Thống Nhất bị đảng Cộng Sản xóa sổ, nhưng Hòa Thượng Thích Đôn Hậu đã phản đối và từ chức Phó Pháp chủ kiêm Giám Luật Hội Đồng Chứng Minh của Giáo Hội Phật Giáo Việt Nam để trở về giữ Giáo Hội Thống Nhất. Với phần còn lại của Giáo Hội

Phật Giáo Việt Nam Thống Nhất, khoảng 10% cơ sở trên toàn quốc (miền Trung và miền Nam), Hòa Thượng Đôn Hậu, chánh thư ký Viện Tăng Thống, kiêm xử lý Viện Tăng Thống khi đệ nhị Tăng Thống Thích Giác Nhiên viên tịch, đã cố gắng phục hoạt Giáo Hội Phật Giáo Thống Nhất. Trong thông điệp (31/10/1991) Hòa Thượng Đôn Hậu hiệu triệu Tăng sĩ và Phật tử Việt Nam khôi phục lại Giáo Hội Phật Giáo Việt Nam Thống Nhất dưới Hiến Chương 1964. Kêu gọi tăng sĩ thuộc GHPGVNTN ở hải ngoại gây dựng Giáo Hội Phật Giáo Việt Nam Thống Nhất tại hải ngoại.

Năm 1992, Hòa Thượng Đôn Hậu viên tịch, Hòa Thượng Huyền Quang từ chỗ bị quản thúc về Huế đãnh lễ trước giác linh Hòa Thượng Đôn hậu tại chùa Thiên Mụ. Nơi đây Hòa Thượng Huyền Quang tiếp nhận ấn tín Viện Tăng Thống, Viện Hóa Đạo đồng thời tiếp nhận Xử Lý Viện Tăng Thống.

Trong năm 1992, các Giáo Hội Phật Giáo Việt Nam Thống Nhất được thành lập tại hải ngoại:

- Giáo Hội Phật Giáo Việt Nam Thống Nhất tại Âu Châu năm 1990.

- Giáo Hội Phật Giáo Việt Nam Thống Nhất tại Hoa Kỳ, tháng 9 – 1992.

- Giáo Hội Phật Giáo Việt Nam Thống Nhất tại

Canada, tháng 10 -1992.

- Giáo Hội Phật Giáo Việt Nam Thống Nhất tại Úc và Tân Tây Lan, năm 1992.

Giáo Hội Phật Giáo Việt Nam Thống Nhất tại Hoa Kỳ là Văn Phòng II Viện Hóa Đạo và văn phòng được đặt tại chùa Điều Ngự (California).

2. Đại hội bất thường

Lưỡng Viện Giáo Hội Phật Giáo Việt Nam Thống Nhất đã tổ chức Đại Hội Bất Thường ngày 1/10/2003 tại tu viện Nguyên Thiều, Bình Định để củng cố nhân sự lưỡng viện. Bầu một số vị vào Viện hóa Đạo, trong đó Thượng Tọa Tuệ Sỹ được bầu làm Phó Viện Trưởng Viện Hóa Đạo.

Hội Đồng Lưỡng Viện uỷ nhiệm Văn Phòng II Viện Hóa Đạo tổ chức đại hội bất thường tại tu viện Quảng Đức, Melbourne, Úc Đại Lợi, ngày 10-11-12/10/2003. Đại Hội đã thừa uỷ nhiệm Hội Đồng Lưỡng Viện suy tôn Hoà Thượng Huyền Quang lên ngôi vị Đệ Tứ Tăng Thống.

3. Nội bộ giáo hội mâu thuẫn

Trong khi Giáo Hội đang trên đà phục hoạt thì nội bộ lại đụng phải sự chia rẽ, đi vào hỗn loạn qua 3 giáo chỉ:

- Giáo chỉ số 2:

Đức Tăng Thống đệ tứ ban hành Giáo Chỉ số 2 (29/11/05), trong đó đưa ra 1 danh sách thành phần nhân sự mới của Viện Hóa Đạo trong nước và loại bỏ quá bán thành viên của Viện Hóa Đạo, trong đó có thượng tọa Tuệ Sỹ, được bầu trong đại hội Nguyên Thiều và 6 vị khác. Giáo chỉ số 2 đã gây ra bất ngờ cho các Giáo Hội tại hải ngoại vì không có sự tham khảo và biểu quyết theo nguyên tắc dân chủ của Hiến Chương. Giáo Hội tại Canada đã gửi thỉnh nguyện thư cho Giáo Hội Phật Giáo Việt Nam Thống Nhất nêu đích danh ông Võ Văn Ái, phát ngôn nhân Viện Hóa Đạo, kiêm Giám Đốc Phòng Thông Tin Phật Giáo Quốc Tế tại Paris, là người đã thao túng, lạm quyền, truyền thông tin sai lạc, đưa đến sự chia rẽ nội bộ Phật Giáo trong và ngoài nước.

Thượng Tọa Thích Tâm Không, trong bài *"50 Năm Nhìn Lại Thực Trạng Giáo Hội Việt Nam Thống Nhất" (quangduc.com)* đã viết: "Cuộc họp bất thường tại chùa Diệu Pháp (16/3/2006) cũng như các luận điệu sau đó từ Phòng Thông Tin Phật Giáo Quốc Tế và vài thành viên mới của Viện Hóa Đạo giải thích rằng sở dĩ có sự thay đổi nhân sự trong Viện Hóa Đạo là do Thượng Tọa Tuệ Sỹ, Phó Viện Trưởng Viện Hóa Đạo và các vị Tổng Vụ Trưởng khác đồng viết đơn xin từ chức. Thực tế thì TT Tuệ Sỹ vì không chấp nhận cung cách làm việc không theo Hiến Chương của HT Quảng Độ và sự lạm quyền của ông Võ Văn Ái trong việc sắp xếp nhân sự điều hành Phật sự của Giáo Hội nên đã viết đơn xin hoán chuyển công tác. Trong thư đệ trình HT Quảng Độ, TT Tuệ Sỹ đã viết như sau: *"Riêng trường hợp của con, do tình hình* có nhiều thay đổi, con đề nghị xin được *hoán chuyển đến bất cứ vị trí nào thích hợp để phục vụ Đạo Pháp thích hợp hơn, vì sau nhiệm kỳ 2 năm, con tự thấy vai trò Phó Viện Trưởng không phù hợp với năng lực của mình"*.

Đây không phải là đơn từ chức, nhưng đã được ông Võ Văn Ái nắm lấy như là cơ hội tốt để loại trừ TT Tuệ Sỹ ra khỏi Viện Hóa Đạo, hòng dễ thao túng, điều khiển Giáo Hội Phật Giáo Việt Nam Thống Nhất thông qua HT Quảng Độ, là người đặt trọn niềm tin vào miệng lưỡi và các thông tin một chiều từ ông Ái.

Kể từ Giáo Chỉ 2, phản ứng bất bình lan rộng trong khắp các thành viên thuộc 4 Giáo Hội Phật Giáo Việt Nam Thống Nhất tại hải ngoại. Nhiều thành viên im lặng rút lui, hững hờ với Phật sự Giáo Hội, nhiều thành viên đã tỏ ra bất phục, mất niềm tin nơi sự lãnh đạo của HT Quảng Độ. Trong khi nhiều tăng ni và cư sĩ trong hoặc ngoài

GHPGVNTN đã viết bài chất vấn, đặt vấn đề về chức năng phát ngôn của ông Võ Văn Ái. Để bảo vệ quan điểm và những sai quấy của mình, ông Võ Văn Ái cùng với những cộng sự đắc lực trong Văn Phòng II Viện Hóa Đạo đã công kích, vu khống hầu hết tăng ni và cư sĩ có thiện cảm hoặc bênh vực TT Tuệ Sỹ. Luận điểm đầy ác ý của ông Võ Văn Ái cho rằng TT Tuệ Sỹ thỏa hiệp với Cộng Sản và "Âm mưu thành lập Giáo Hội Phật Giáo Việt Nam không Huyền Quang - Quảng Độ". Ai bênh vực TT Tuệ Sỹ thì đều là Cộng Sản hoặc là phần tử thỏa hiệp với Cộng Sản".

Giáo chỉ số 9:

Giáo chỉ số 2 đẩy văn phòng II Viện Hóa Đạo vào tình trạng bị cô lập, không được sự ủng hộ của nhiều thành viên GHPGVNTN hải ngoại. Trong tình thế này, nhân giỗ Tổ Liễu Quán hàng năm, đầu năm 2007, được tổ chức tại Phật Học Viện Quốc Tế, California, tăng ni và cư sĩ đề nghị tổ chức lễ Hiệp Kỵ Lịch Đại Tổ Sư thay vì chỉ giỗ tổ Liễu Quán và lấy ngày Hiệp Kỵ Chư Tổ làm ngày đoàn tụ của tăng ni, phật tử hải ngoại. Được sự tán đồng về lễ Hiệp Kỵ này, tăng ni đã thành lập Đoàn Tăng Ni Hải Ngoại.

Trong lễ Hiệp Kỵ Lịch Đại Tổ Sư lần thứ nhất vào 20,21.22/9/2007, Đoàn Tăng Ni đã tổ chức Ngày

Về Nguồn tại chùa Pháp Bảo, Toronto, Canada. Việc này trái ý ông Võ Văn Ái, nên ông Ái đã xuyên tạc Về Nguồn là Về với Cộng Sản. Từ đó có Giáo Chỉ số 9. Để thi hành Giáo Chỉ số 9 của đệ tứ Tăng Thống, Hòa Thượng Quảng Độ đã ra Bản Thông Bạch hướng dẫn thi hành Giáo Chỉ ngày 25/9/07.

Nội dung Giáo Chỉ số 9 và Thông Bạch loại bỏ hầu hết tăng ni phật tử trong các Giáo Hội hải ngoại. Trong đó điều 3 quy định:

- Văn phòng II Viện Hóa Đạo trực thuộc sự chỉ đạo và điều hành của Viện Trưởng Viện Hóa Đạo trong nước. Thành viên Văn Phòng II Viện Hóa Đạo do Viện Trưởng Viện Hóa Đạo thỉnh tuyển và chỉ định.

- Giải tán các Giáo Hội Phật Giáo Việt Nam Thống Nhất tại Hoa Kỳ và Giáo Hội Phật Giáo Việt Nam Thống Nhất tại các châu được hình thành theo quyết định số 27-VPLV/VHĐ do quyền Viện Trưởng Viện Hóa Đạo ban hành ngày 10/12/1992.

Giáo Chỉ 9 và Thông Bạch Hướng Dẫn không được tiến hành theo Hiến Chương. Vì thế hầu hết tăng ni, cư sĩ thuộc 4 Giáo Hội Phật Giáo Việt Nam Thống Nhất hải ngoại đều phủ nhận, không tuân hành. Từ việc các Giáo Hội hải ngoại không tuân thủ Giáo Chỉ 9, nên đến tháng 8/2008, Hòa Thượng

Quảng Độ lại phổ biến Thông Bạch số 31/VHĐ/VT cáo buộc 4 Giáo Hội Phật Giáo Việt Nam hải ngoại là tiếm danh Giáo Hội Phật Giáo Việt Nam Thống Nhất và tuyên bố là không thừa nhận, không chịu trách nhiệm đối với các Giáo Hội này.

Để đáp lại thông bạch, kể cả Giáo chỉ 2, Giáo Chỉ 9 và Thông Bạch Hướng Dẫn, toàn thể 104 vị tăng của 4 Giáo Hội Phật Giáo Việt Nam Thống Nhất hải ngoại ra tuyên bố chung ngày 9/9/08, đưa ra 6 điểm. Trong đó có mấy ý chính:

- Giáo Hội Phật Giáo Việt Nam Thống Nhất là sự kết tinh tâm nguyện và hoài bão của tập thể tăng ni, phật tử, chung sức xây dựng nên. Giáo Hội không là của riêng một cá nhân hay một nhóm thiểu số. Không ai có quyền loại bỏ nó.

- Do đó, mỗi Giáo Hội tự quyết định và chịu trách nhiệm về hoạt động của mình.

- Danh xưng Giáo Hội Phật Giáo Việt Nam Thống Nhất là của chung của tăng ni, tín đồ Phật Giáo Việt Nam có chung tâm nguyện kết hợp thống nhất, chung lý tưởng tu học chánh pháp, phụng sự quần sinh theo truyền thống Phật Giáo Việt Nam mà Lịch đại tổ sư đã truyền thừa và Giáo Hội Phật Giáo Việt Nam Thống Nhất đã kế thừa từ khi thành lập năm 1964.

- Lên án việc gây mâu thuẫn, đòi giải tán các tổ chức Giáo Hội Phật Giáo hải ngoại là một tác nghiệp phá hòa hợp tăng, chà đạp lên công đức xây dựng Giáo Hội. Việc làm đó mới là tiếm danh và hoàn toàn không xứng đáng với danh xưng Giáo Hội Phật Giáo Việt Nam Thống Nhất.

Giáo chỉ 10:

Năm 1913, xảy ra một sự kiện, Hòa Thượng Quảng Độ gọi Hòa Thượng Thích Chánh Lạc là tăng phạm trọng giới dâm và vọng, nên yêu cầu đuổi HT Chánh Lạc ra hỏi Giáo Hội. Tuy nhiên nhiều thành viên của Giáo Hội như Hòa Thượng Thích Viên Định, Viện Trưởng Viện Hóa Đạo, Thích Viên Lý, chủ tịch Văn phòng II, không đồng ý, thậm chí còn có ý định đưa HT Chánh Lạc về làm Cố Vấn Văn Phòng II thay vị trí HT Thích Hộ Giác mới viên tịch. Vì việc này, ngày 30/8/2013, HT Quảng Độ thông báo từ nhiệm chức vụ Tăng Thống. Nhưng đến ngày 4/9/13 HT Quảng Độ nhận lại chức vụ Tăng Thống.

(Tháng 11/2011, Đại Hội kỳ IX của Giáo Hội Phật Giáo Việt Nam Thống Nhất tổ chức tại chùa Điều Ngự, California, suy tôn HT Quảng Độ lên Đệ Ngũ Tăng Thống, sau khi Đệ Tứ Tăng Thống Huyền Quang viên tịch từ năm 2008, và HT Quảng Độ đã xử Lý Viện Tăng Thống từ đó)

Ngày 9/12/2013, HT Quảng Độ đưa ra giáo chỉ 10 cách chức Viện Trưởng Viện Hóa Đạo của HT Thích Viên Định, và cách chức chủ tịch văn phòng II của HT Thích Viên Lý với lý do là bất tuân giáo chỉ của Tăng Thống.

Năm 2014, HT Viên Định, HT Viên Lý và một số vị tăng khác cho rằng Tăng Thống Quảng Độ đã hành sử vượt quá quyền hạn Tăng Thống, nên đã thành lập Tăng Đoàn Giáo Hội Phật Giáo Việt Nam Thống Nhất, tách khỏi Giáo Hội Phật Giáo Việt Nam Thống Nhất. Tăng Đoàn tôn Hòa Thượng Thích Thiện Hạnh (tại Huế) làm Thượng Thủ, HT Chánh Lạc làm Chủ Tịch Hội Đồng Giáo Phẩm và HT Viên Định làm Viện Trưởng Hội Đồng Điều Hành. Từ đó các Giáo Hội Phật Giáo Việt Nam Thống Nhất hải ngoại đã hoạt động độc lập và Giáo Hội Phật Giáo Việt Nam Thống Nhất trong nước đã gần như không còn hoạt động gì từ sau 2014.

Theo dõi những biến động của Giáo Hội Phật Giáo Việt Nam Thống Nhất với những Giáo Chỉ, với những cách chức và từ chức, thay người này bỏ người kia, chúng ta thấy HT Quảng Độ đã đi vào sai lầm, phá vỡ Giáo Hội mới phục hoạt, theo dư luận chung của một số vị tăng ở hải ngoại thì cái sai đó là do HT Quảng Độ đã nghe theo ông Võ Văn Ái để đi vào tính chất phe phái. Cũng theo dư luận chung của nhiều vị lãnh đạo Phật Giáo Thống Nhất hải ngoại thì ông Võ Văn Ái đã là nhân tố gây chia rẽ, đẩy Giáo Hội Phật Giáo Thống Nhất vào khủng hoảng tan rã mà nhà văn, cựu tù nhân lương tâm Huỳnh Ngọc Tuấn (thân phụ của chiến sĩ dân chủ Huỳnh Thục Vy) đã phải thốt lên: Võ Văn Ái là siêu Tăng Thống. Từ sự tan rã này, cả hai phía Giáo Hội Phật Giáo Việt Nam Thống Nhất và Tăng Đoàn Giáo Hội Phật Giáo Việt Nam Thống Nhất cùng đi vào bóng tối.

Còn Hòa Thượng Quảng Độ đã mất hết uy tín và đi vào một thảm kịch là Đệ Ngũ Tăng Thống của Giáo Hội mà bị Hòa Thượng trụ trì Thanh Minh Thiền Viện mời ra khỏi thiền viện ngày 15/9/2018, nơi Hòa Thượng đã sống và hoạt động sau 1975. Hòa Thượng tá túc tại một số chùa ở Sài Gòn rồi cuối cùng, ngày 5/10/2018, phải đi tàu hỏa ra Bắc về quê ở Thái Bình. Nhưng ra Bắc Hòa Thượng thấy không yên, nên chỉ được 1 tháng, đứa cháu gái của Hòa Thượng là Thu Huyền đã lái xe đưa Hòa Thượng trở vào Sài Gòn và được Thượng Tọa Thích Nguyên Lý, trụ trì chùa Từ Hiếu ở Sài Gòn đón nhận.

Hòa Thượng Quảng Độ và ông Võ Văn Ái nghĩ gì trước thảm kịch này?

Giáo Hội đang chống đỡ sự tàn phá của của một

chính quyền độc tài toàn trị mà nội bộ lại nẩy sinh tính chất phe phái để tự hủy mình. Chúng tôi gọi thảm kịch này là thảm kịch kép: Thảm kịch do đảng Cộng Sản gây ra và thảm kịch do chính nội bộ của Giáo Hội tự tạo.

B. Với Giáo Hội Phật Giáo Việt Nam

Sau khi Giáo Hội Phật Giáo Việt Nam được thành lập, Phật Giáo đã phát triển với nhiều chùa lớn nguy nga, nhưng sinh hoạt tôn giáo không còn phát triển đạo pháp mà thay vào đó bằng mê tín với nhiều hoạt động thế tục. Chùa trở thành nơi làm ăn, làm tiền qua hình thức tôn giáo. Còn tăng sĩ đã bị đảng hóa và tục hóa trong đời sống. Đảng Cộng Sản Việt Nam đã đảng hóa Phật Giáo và dìm Phật giáo vào một thảm kịch chưa từng có trong lịch sử Phật Giáo Việt Nam. Thảm kịch ấy đã diễn ra như sau:

1. Với bản thân của tăng sĩ:

Theo sự hiểu biết bình thường của một Phật tử thì người đi tu là để "Thượng Cầu Bồ Đề, Hạ Hóa Chúng Sinh". Mức tu đạo của các vị tăng có cao thấp khác nhau, nhưng tất cả vẫn là biểu tượng của tinh thần thiện, bi, trí, dũng, một mẫu mực đạo hạnh cho đời trông vào và vươn tới. Từ đó nhìn vào những vị sư ngày nay, chúng ta thấy đa số các tăng sĩ đã đi ngược lại con đường tu là "Thượng cầu Đảng, hạ làm tiền chúng sinh".

Xin ghi lại một số ông sư có tên trên truyền thông:

- Trong bài *"Khi đi tu ở chùa trở thành một nghề trong xã hội"*, Mạnh Cường ghi mấy nhà sư điển hình của nghề làm sư:

- Đại Đức Thích Thanh Mão, trụ trì chùa Phú Thị, Văn Giang, Hưng Yên, mê văn nghệ, ca hát, khoe dàn Karaoke 450 triệu đồng. Còn rượu, thầy khoe uống nửa lít một bữa nếu ngon miệng và có anh em đông vui. Thầy làm kinh tế, thu gom cây cảnh lên Hà Nội bán. Được phóng viên hỏi: Như vậy có vi phạm các điều qui định của giáo lý nhà Phật không? Sư Mão trả lời: Chúng tôi được quyền đi buôn, được quyền làm đủ mọi thứ. Chúng tôi làm đúng quyền công dân. Tôi là công dân đặc biệt, mặc áo nâu đi ở chùa thôi.

- Sư Thích Minh Thịnh, trụ trì chùa Nhạn Tháp, Hưng Yên. Một trong hai nhân vật chính của loạt phóng sự trên báo Lao Động "Trụ trì uống rượu tây, nhắm tiết canh", không những ăn thịt, uống rượu, nhắm tiết canh mà còn văng tục chửi thề đánh nhau...

- Đại Đức Thích Thanh Cường, Trưởng Ban Trị Sự Phật Giáo huyện Tứ Kỳ, Hải Dương, trụ trì chùa Cương Xá, sở hữu 3 trang facebook, trong đó 2 trang được thầy dùng post ảnh "tự sướng" với những xa hoa lệch lạc, khoe siêu xe, điện thoại sang, tổ chức sinh nhật hoành tráng, đứng kề bên các cô, các bà chụp ảnh trong buổi sinh nhật.

Sư Thích Thanh Cường giữ nhiều chức vụ trong chính quyền cũng như Giáo Hội Phật Giáo tỉnh Hải Dương, đồng thời là Hiệu Phó Trường Trung Cấp Phật Học Hải Dương, Ủy Viên Hội Liên Hiệp Thanh Niên Việt Nam.

- Sư Thích Pháp Định, trụ trì chùa Gia Hưng, xã Thanh Ngãi, huyện Mỏ Cày Bắc, Bến Tre. Nổi tiếng với màn khóa môi với ca sĩ Đàm Vĩnh Hưng trong cuộc đấu giá chai rượu tây trị giá 50 triệu đồng. Bị tố là có lối sống nhập thế kinh hoàng như lên mạng chat tìm bạn tình, đi bar, đi thư giãn ở SPA đồng tính...

- Sư thầy Thích Minh Tuyền, 31 tuổi, đã tu 10 năm tại chùa Sắc Tứ Khải Đoan tỉnh Đăk Lăk. Thầy đội mũ phớt, mặc áo thun, quần short, đeo dây chuyền và kính đen, tay cầm ba toong đập vỡ kính cửa xe và gương chiếu hậu ô tô mà miệng liên tục chửi rủa, dọa giết và bắt lái xe phải xin lỗi...

(Trí Thức VN – 18/10/2019)

- Xin ghi thêm một chuyện nữa của luật sư Lê Công Định:

Trong bài *"Mẩu Chuyển Nhỏ Về Một Sư Trụ Trì"*, ông Định Viết: Năm 2007, nhân dịp các anh Lê Quốc Quân và Phạm Hồng Sơn đi tù về, tôi có dịp ra Hà Nội làm việc, tiện thể ghé thăm các anh. Anh Quân quen ông Từ gác một ngôi cổ tự bên bờ Hồ Tây, nên rủ chúng tôi đế viếng cảnh chùa đêm trăng rằm. Sân chùa vắng lặng, bốn người ngồi đàm đạo thế sự dưới ánh trăng. Khoảng 10 giờ khuya, sư trụ trì chạy xe Honda Wave về, dựng chân chống giữa sân chùa. Ông Từ già nhìn ra bảo *"Hắn đi chơi gái mới về đấy"*. Ba chúng tôi trố mắt nhìn nhau không hiểu. Ông Từ chậm rãi giải thích, thì ra chú sư ấy, khoảng ngoài 30 tuổi, là sĩ quan anh ninh được Giáo Hội Phật Giáo Việt Nam "thuyên chuyển" về làm trụ trì độ hai năm trước. Khi thấy chúng tôi vẫn ngồi lại, sư thầy ra giữa sân chống nạnh, căng mặt nhìn lườm lườm. Chúng tôi liền đứng lên dọn dẹp đi về. Song không còn kịp, vì sư thầy đã nổi nóng, lớn tiếng văng tục mắng chúng tôi ra rả, với những tiếng ĐM. Ông Từ bực bội, nên mắng lại chú sư: Đồ mất dạy! Chú sư nổi xung thiên, tóm ngay một cây gậy dài, rượt ông Từ già chạy vòng quanh sân, mồm tụng tiếp: ĐM, tao đập chết mẹ mày! Ba chúng tôi lật đật nhảy vào can....

Nay trước tình cảnh sa đọa ngày càng nghiêm trọng của Phật Giáo Việt Nam, bỗng nhớ đến câu chuyện trên. Quả thật chưa bao giờ trong lịch sử dân tộc, Phật Giáo lại biến chất như thời Cộng Sản quỷ quái ngày nay.

(Bacaytruc.com12/2/2019)

Nhà văn Đặng Văn Sinh trong bài *"Đạo Phật Thời Mạt Pháp"* viết:

"Có thể nói, sư trụ trì các chùa làng chưa bao giờ hư hỏng như bây giờ. Hầu hết đại đức được bổ nhiệm về còn ít tuổi, học hành lởm khởm, đi tu như một cách kiếm sống, chứ ít người xuất phát từ niềm tin và sự ngộ đạo. Công việc đầu tiên của một sư thầy mới về chùa là đòi mua ô tô. Không hiếm trường hợp chùa nhỏ, dân địa phương nghèo, khó đáp ứng nhu cầu vật chất, sư bỏ tự, về Tỉnh Hội Phật Giáo đòi chuyển đi nơi khác. Sinh hoạt của thầy chùa thời @ cũng hiện đại, khác xa các bậc cao tăng tu khổ hạnh ngày xưa. Ăn chay là ví dụ một tháng đôi ba lần cho phải phép. Tôi đã chứng kiến một đại đức trụ trì chùa Q S, phường B "thụ trai" như thế nào (Thầy đã bị dân địa phương làm đơn đuổi khỏ chùa, nhưng không biết vì sao Thầy vẫn ở lại). Buổi sáng, một vãi già (có hôm là vãi non) ra quán gần đấy mua cho thầy tô phở bò. Buổi trưa và chiều, các bà phân công nhau nấu cơm, đương nhiên thức ăn phải có thịt cá. Còn bia thì vô tư, lúc nào trai phòng cũng trữ sẵn vài két. Thầy dùng xong, một phật tử rửa bát, còn cô vãi non pha nước dâng lên.

Nói tóm lại, việc đời thầy rất sành, nhưng việc đạo thì ít khi mó tới tay, trừ những lúc liên quan đến hòm công đức. Chẳng hạn giờ thỉnh chuông, đã có hai ông già thay nhau chấp tác. Viết sớ, giao cho bọn bợm nhậu, mặt mũi gớm guốc, xăm trổ đầy mình. Đó cũng là đám đệ tử ruột của sư mỗi khi thầy ra thành phố hát Karaoke hay đóng cửa tăng phòng đánh phỏm ăn tiền.

Vị đại đức này có cái đức đáng quý nhất là rất thích xem Video "tươi mát", thích chơi phỏm và năng lui tới các quán Karaoke. Sư trẻ mà các vãi, nhất là vãi non lại quá "sùng đạo", tranh nhau chăm sóc thầy, sinh ra bất hòa vì ghen tức, đến nỗi sân chùa trở thành nơi khẩu chiến thường xuyên giữa các nữ thí chủ.

(Đặng văn Sinh: Đạo Phật Thời Mạt Pháp - *Thông Luận – ethongluan.org 11/16/19)*

Từ những sư trụ trì trên đây, có thể thấy:

Đảng Cộng Sản đã thay đổi nội dung của ngôi chùa với những ông sư công an. Đi tu không còn chuyện qui y Phật Pháp Tăng, cầu đạo mà đi vào chùa để đảng hóa chùa, để cầu vật dục. Những ông sư trụ trì đã thế thì những ông sư khác trong chùa cũng không thể tu đạo mà phải sống theo thầy. Sư không còn Thượng Cầu Bồ Đề mà chỉ Hạ Hóa Chúng Sinh với tính chất khác là đẩy Phật tử vào mê tín để chùa thu được nhiều tiền.

Tóm lại các ông sư ở chùa nhưng phản Phật, làm ô uế ngôi chùa trong lòng dân Việt. Đời sống ấy là một thảm kịch vì phải thường trực sống ngược với Phật và với đời, dối mình và dối người.

2. Với đạo pháp:

Theo số liệu của Giáo Hội Phật Giáo Việt Nam thì cả nước có gần 45 triệu tín đồ quy y tam bảo, có 839 đơn vị gia đình Phật tử, khoảng 44.498 tăng ni và 14.775 tự viện, tịnh xá, niệm Phật đường. Nhìn theo bề mặt thì Phật Giáo đã phát triển lớn về chùa chiền, tăng sĩ và Phật tử. Nhưng dưới chế độ đảng hóa Phật Giáo thì sự phát triển đó không phải phát triển cho Đạo Pháp mà phát triển cho chính sách thế tục hóa chùa của đảng. Việc thế tục hóa chùa này có thể thấy ở mấy điểm sau:

a. Chùa là nơi phát triển mê tín dị đoan:

Việc này đảng Cộng Sản đã đi từ cực đoan này sang cực đoan khác. Vì 20 năm xã hội chủ nghĩa ở miền Bắc, đảng Cộng Sản đã tiêu huỷ chùa chiền và tận diệt mê tín. Còn nay thì đi ngược lại, phát triển chùa để phát triển mê tín với những việc cúng sao giải hạn, làm lễ cầu tài lộc, buôn bán, thăng quan tiến chức...

Trong bài *"Việt Nam: Đi tu mà giàu và chùa giống công ty"*, ông Hoàng Trúc viết:

- Phật tử đến chùa cũng chụp giật, chụp ảnh post lên mạng, nhét tiền vào tượng Phật rồi vội vã lên xe tiến đến một ngôi chùa khác.

- Người tới chùa bây giờ cũng khác xưa, thay vì cầu mong được giải thoát thì đa số đã chuyển sang cầu an. Người nhà đau yếu đi chùa xin cái lễ, công việc làm ăn thất bại lên chùa xin lễ, bán nhà không được cũng lên chùa xin cái phép bán nhà...

Về chuyện phát triển mê tín, xin ghi lại hai chùa điển hình:

- Chùa Phúc Khánh, Hà Nội:

Thượng Tọa Thích Thanh Quyết trụ trì chùa Phúc Khánh, đồng thời là Phó Chủ Tịch Hội Đồng Trị Sự Giáo Hội Phật Giáo Việt Nam. Sư còn phụ trách chùa Yên Tử (Quảng Ninh), chùa Non Nước

(Hà Nội) và Học Viện Phật Giáo Việt Nam tại Hà Nội. Việc dâng sao giải hạn đã được chùa Phúc Khánh đẩy lên cao chót vót.

Hai ông Trần Tuấn và Đình Trường, trong bài *"Chùa Phúc Khánh: Giải hạn xong, muốn cầu an lại phải đóng thêm tiền" (Lao Động 18/12/19)* đã ghi lại một số điều:

- Sau khi Dâng Sao Giải Hạn với 150 nghìn đồng/lượt, nếu ai muốn "Cầu An" cho gia đình thì lại phải chi phí thêm 150 nghìn đồng nữa. Chùa có giá biểu rất rõ ràng cho việc này.

Trong tháng giêng, ngoài việc tổ chức đại lễ cầu an, chùa Phúc Khánh còn liên tiếp mở các khóa lễ Dâng Sao Giải Hạn với hàng nghìn người tham dự. Mỗi khóa lễ, ngoài cổng hay tuyến đường chung quanh chùa Phúc Khánh thường xuyên đi vào tình trạng tắc nghẽn vì dân ngồi dự lễ quá đông.

- Hòm công đức, cỡ to bằng cái tủ nhỏ, được để khắp nơi trong chùa, từ sân, chính điện đến sát các bàn thờ, pho tượng. Khách đến hòm Công Đức, người ít thì 50, 100 nghìn, người nhiều hơn thì 500 nghìn, cứ thế cuốn sổ ghi danh Phật tử "Thành Tâm" ngày một dày thêm. (Đặc biệt là ở mỗi hòm Công Đức có sư ngồi để chứng kiến Phật tử ghi danh Công Đức).

Chùa Ba Vàng:

Chùa Ba Vàng, thành phố Uông Bí, Quảng Ninh, to lớn nguy nga. Ngôi chùa ở trên núi có chính điện lớn nhất Đông Dương. Trụ trì là đại đức Thích Trúc Thái Minh đã bày ra trò Thỉnh Vong Báo Oán, Giải Nghiệp, Giải Vong cho hàng nghìn người, thu hàng trăm tỷ đồng. Một lễ oan gia bắt phải đóng mấy trăm triệu.

Trong cuộc pháp thỉnh với gần 1000 Phật tử vào tối 21/3/19, trụ trì chùa Ba Vàng khẳng định Pháp Thỉnh "Oan Gia Trái Chủ" là chính pháp. Những gia đình nghèo khó càng phải nên cúng dường để có thể thoát nghèo.

- Phật dạy chúng ta bố thí và cúng dường. Mình cúng để giải bệnh, giải nghiệp của mình mà mình lại còn kêu sao. Phật dạy các Phật tử mất tiền đấy. Phải mất tiền mới có phúc. Phật dạy bố thí đứng đầu trong lục độ. Chịu khó bố thí đi.

- Trong một buổi nói chuyện livestream, đại đức Thái Minh nói: "Vong linh đi theo báo oán, báo thù rất nhiều, tác động vào chúng ta. Chùa ta có Pháp Thỉnh Oan Gia Trái Chủ để giải những oán kết này. Việc thỉnh giải oan gia trái chủ chỉ có đức của Phật từ bi mới làm được. Chùa chúng ta thỉnh được vong, giải được oán kết là do năng lực của đại chúng. Sư khẳng định Oan Gia Trái Chủ là hoàn toàn có thật và chùa Ba Vàng có lễ Giải Oán Kết, Giải Oan Gia Trái Chủ.

Xin ghi lại hai bình luận:

- Nhà báo facebooker Nguyễn Đức bình luận: Ma tăng chùa Ba Vàng đủ yếu tố cấu thành tội lợi dụng tín ngưỡng tôn giáo và lừa đảo chiếm đoạt tài sản. Cúng một lễ oan gia mà bắt người ta nộp 950 triệu. Thật là cưỡng đoạt bá tánh vốn mê lầm tin lời ma sư.

- Nhà báo Hoàng Hải Vân trên trang facebook viết: Việc truyền bá mê tín dị đoan Vong Báo Oán mỗi năm thu hàng trăm tỷ của ngôi Chùa Ba Vàng "kỷ lục Đông Dương" này là sự biến dị trơ tráo của tình trạng buôn tăng bán Phật đang diễn ra khắp nơi.

b. Chùa là nơi kinh doanh

Trong bài *"Thời mạt pháp, chùa là sàn giao dịch kinh doanh, sư là nhà kinh tế"*, ông Mạnh Cường *(trong Trí thức vn -18/10/19)* đã ghi việc các nhóm lợi ích liên kết với các sư để đầu tư vào du lịch, biến các ngôi chùa lớn thành những khu Du Lịch Tâm Linh.

Có thể kể:

- Quần thể chùa Bái Đính (Ninh Bình) rộng 540

ha, hiện đang giữ nhiều kỷ lục: ngôi chùa rộng nhất Việt nam, tượng Phật bằng đồng lớn nhất Châu Á, tượng Phật Di Lặc bằng đồng lớn nhất Đông Nam Á, có nhiều tượng La Hán nhất. Cũng là ngôi chùa có nhiều tiện nghi nhất. Trong khuôn viên có khách sạn và quán cà phê. Du khách phải sử dụng tiện nghi của chùa với giá cao: Giữ xe ô tô, xe máy, vé lên bảo tháp, thuê hướng dẫn viên...

- Khu Tâm Linh đảo Cái Tráp (Hải Phòng) ngoài tượng Phật cao 150 mét, còn có khu biệt thự nghỉ dưỡng, sòng bạc casino.

- Khu chùa Tam Chúc (Hà Nam) diện tích 5000 ha, tổng số vốn đầu tư 11.000 tỷ đồng, là chùa lớn nhất thế giới.

- Khu du lịch tâm linh Hồ Núi Cốc (Thái Nguyên) rộng 18.940 ha.

- Dự án khu du lịch chùa Hương, rộng 1000 ha, vốn đầu tư 15.000 tỷ đồng.

- Dự án Tam Đảo II, diện tích 300 ha, được tập đoàn Sungroup đầu tư, vốn 25.000 tỷ đồng.

Tất cả những khu du lịch tâm linh đều có diện tích rộng như thế, vì đi cùng với chùa lớn là nhà hàng, khách sạn, khu nghỉ dưỡng và sòng bài, tất cả song hành với Phật.

3. Với dân tộc

Phật giáo đã gắn liền với dân tộc ta trên 20 thế kỷ, và đã đi vào dòng sinh mệnh văn hóa và nguồn văn hóa Phật Giáo đã tác động vào con dân Việt ở nhiều mặt:

Về đời sống:

- Tâm linh: Hướng về giải thoát, thanh tịnh.

- Tương giao xã hội: Từ bi, hỷ xả, hiếu hòa.

- Đạo đức: Nghiệp báo, luân hồi, thiện tâm, làm lành tránh ác.

- Tập tục: Ăn chay, thờ Phật, bố thí.

Về chính trị: Phật Giáo nhập thế không xa lìa chính trị, nhưng độc lập và tác động vào chính trị để chính trị đi vào nhân đạo, công bình, công lý. Theo dòng lịch sử, Phật Giáo có những thời bị suy trầm, nhưng bao giờ cũng giữ vị thế độc lập, tác động vào những triều đại vua quan để tìm sự lợi ích cho quần sinh.

Về tinh thần dân tộc yêu nước: Từ truyền thống văn hóa Dũng Nhân và Trí, Phật Giáo đã thành chỗ dựa tinh thần của con dân Việt trong lịch sử thăng trầm của dân tộc. Tạm kể từ thời thực dân Pháp thì những ngôi chùa với làng đã trở thành những pháo đài văn hóa dân tộc để những sỹ phu, nhà nho tìm đến khi hệ thống Nho giáo đã bị tan tác dưới nền thống trị của Pháp. Từ đó chùa đã trở thành những nơi để những nhà nho, những chiến sĩ yêu nước tụ hội, liên lạc và trú ẩn trong công cuộc đấu tranh chống thực dân.

Từ những điểm trên, chúng ta thấy chế độ độc tài toàn trị của đảng Cộng Sản đã đi ngược nội dung văn hóa dân tộc. Đảng hóa Phật giáo là đảng đã hủy hoại văn hóa dân tộc. Vì thế Giáo Hội Phật Giáo Việt Nam lấy tiêu đề Dân Tộc, nhưng đó không phải là nội dung dân tộc mà là nội dung xã hội chủ nghĩa của đảng Cộng Sản.

4. Với xã hội chủ nghĩa

Giáo Hội Phật Giáo Việt Nam đề ra 3 nội dung: Đạo pháp, dân tộc và chủ nghĩa xã hội. Nhưng qua sự phân tích về hai nội dung Đạo Pháp và Dân Tộc, chúng ta thấy nội dung Xã Hội Chủ Nghĩa đã hóa cả 2 nội dung đạo pháp và dân tộc. Như thế thực sự Giáo Hội chỉ có một nội dung để hoằng dương là xã hội chủ nghĩa. Ba nội dung trở thành một: Giáo hội của đảng, chùa của đảng, sư của đảng, tiếng nói của Phật Giáo là tiếng nói của đảng, chùa là cơ sở làm ăn của đảng. Chùa xã hội chủ nghĩa và giáo chúng đi lễ là hình ảnh đẹp của tự do tôn giáo để đảng nói với thế giới về tự do tôn giáo của nhà nước xã hội chủ nghĩa Việt Nam. Vì thế đảng Cộng Sản đã luôn đăng cai đại lễ Vesak, Phật đản quốc tế Vesak. Lễ này chính thức được Liên Hiệp Quốc chấp thuận năm 1999, qui định sẽ được tổ chức hàng năm tại trụ sở Liên Hiệp Quốc ở New York và những trung tâm Phật Giáo trên thế giới.

Năm 2001, đại lễ Vesak đã được tổ chức lần thứ nhất tại trụ sở Liên Hiệp Quốc. Và từ đó đến nay, chính quyền và Giáo Hội Phật Giáo Việt Nam đã đăng cai 3 lần: Năm 2008 tại Hà Nội, năm 2014 tại chùa Bái Đính, và năm nay (2019) tại chùa Ba Chúc. Đại lễ nào cũng tổ chức quy mô với hàng chục ngàn người tham dự cùng hàng ngàn đại biểu quốc tế và khách mời. Sau đại lễ, tất nhiên báo chí nhà nước tổng kết những thành tựu to lớn với điểm quan trọng nhất là đại lễ đã thể hiện rõ chính sách tôn trọng tự do tôn giáo ở Việt Nam. Nhưng năm nay, đại lễ Vesak có hai việc đặc biệt đã được ông Gió Bấc viết một bài trên RFR (11/26/19) với nhan đề: Đại lễ Vesak *2019: Những vết đen điếm nhục của Phật Giáo Quốc Doanh.*

Để giữ nguyên văn lời mô tả với vài chỗ tóm tắt, chúng tôi xin ghi lại một số đoạn trong bài:

Báng bổ đạo pháp:

Tối 10/5/2019, tại Học Viện Phật Giáo Việt Nam, Sóc Sơn, Hà Nội, Hòa Thượng tiến sĩ Thích Thanh Đạt, ủy viên thư ký Hội Đồng Trị Sự Giáo Hội Phật Giáo Việt Nam, Thượng Tọa tiến sĩ Thích Thanh Quyết, Phó chủ Tịch Hội Đồng Trị Sự Giáo Hội Phật Giáo Việt Nam, các cán bộ lão thành các cấp cùng hàng trăm tăng ni Phật tử tham dự, Thượng Tọa Thích Thanh Quyết đã cùng nhà đầu tư Hà Huy Thanh, cháu cố Tổng Bí Thư Hà Huy Tập, làm lễ kéo khăn nhiễu công bố bức tranh "Đạo Pháp và Dân Tộc". Bức tranh vẽ một bên là Phật Thích Ca Mâu Ni, một bên là Hồ Chí Minh và ở giữa là bánh xe chuyển pháp luân.

Thích thanh Quyết dám đại xảo ngôn cho rằng bức tranh có bố cục trọng tâm là Bánh Xe Chuyển Pháp Luân, nói lên sự vận động của quy luật nhân quả, sinh diệt mà chúng sinh giác ngộ được Phật pháp. Đây là bức tranh có ý nghĩa đặc biệt, đức Phật Tổ Thích Ca và bác Hồ đều là những vị cứu tinh của nhân loại, càng có ý nghĩa hơn khi đúng với tinh thần của Giáo Hội Phật Giáo Việt Nam là Đạo Pháp và Dân Tộc, Đức Phật biểu trưng cho Đạo Pháp, bác Hồ tượng trưng cho tinh thần dân tộc.

Cư sĩ, nhà văn, tiến sĩ Trần Kiêm Đoàn, đang giảng dạy ở Đại học Mỹ, viết trên fb: *"Đạo pháp và dân tộc cần được xây dựng trên căn bản nhân văn và trung thực"*. Ông Đoàn viết: Trong khi Vesak, lễ hội Phật Đản thế giới đang diễn ra ở Hà Nam thì hậu trường sân khấu lại có những màn trình diễn vớ vẩn như bức tranh này. Đây là một hình thức báng bổ Phật Giáo cũng như hạ thấp tinh thần dân tộc và lịch sử Việt Nam xuống ngang tầm với trò quảng cáo lãnh tụ và tuyên truyền chính trị.

- Thích Thanh Quyết đã hết sức xảo ngôn khi đánh đồng Đức Phật với Hồ Chí Minh là cứu tinh của nhân loại. Đức Phật thật sự là vị cứu tinh khi tìm ra chân lý Tứ Diệu Đế, Bát Chánh Đạo để con người thoát khỏi sự vô minh, hướng đến tuệ giác, an lạc. Còn Hồ Chí Minh không để lại gì cho nhân loại. Di sản của Hồ là những tội ác chồng chất đối với con dân Việt. Đánh đồng đức từ bi vô lượng với kẻ hiếu sát, Thích Thanh Quyết đã tự lột áo nhà tu, lộ nguyên hình là tên cán bộ công an nói láo không biết ngượng miệng.

Văn nghệ sexy phục vụ chư tăng:

Không chỉ sốc với bức tranh Đạo Pháp và Dân Tộc của ma tăng Thích Thanh Quyết, dư luận còn sốc hơn khi xem đài truyền hình Việt Nam tường thuật diễn biến đại lễ Vesak Liên Hiệp Quốc 2019, trong đó có chương trình văn nghệ hát múa sexy của các diễn viên với trang phục lộ rõ đường cong cơ thể và sắc màu da thịt.

Fb Võ Khánh Tuyển đăng bài viết *"Nghĩ gì"* đã hỏi: Không biết các vị chức sắc tu hành của Phật Giáo, đại biểu Phật Giáo của bao nhiêu nước tham dự sẽ có suy nghĩ gì khi được Giáo Hội Phật Giáo Việt Nam "chiêu đãi" thế này?

Fb Chu Hồng Quỳ đã chỉ ra điều cốt tử là Nghe Xem Các Hình Thức Biểu Diễn Nghệ Thuật là 1 trong 28 giới cấm của giới bồ tát tại gia, là 1 trong 48 giới cấm của bồ tát xuất gia, 1 trong 250 giới cấm của giới tỳ kheo, cũng là 1 trong 384 giới cấm của giới tỳ kheo ni. Thậm chí trong 8 giới cấm ở ngày thọ giới bát quan trai của giới Phật tử tại gia cũng có giới cấm nghe xem này. Vậy mà các người ngửa cổ, vểnh tai xem hát hò, múa may ở Đại Lễ Phật Đản Thế Giới Vesak 2019.

Giáo Hội Phật Giáo Việt Nam ngày nay đã suy đồi cùng cực và bày ra nhiều trò dị hợm đi ngược với giới luật của Thích Ca.

Quảng bá kinh doanh du lịch tâm linh

Nguyên giảng viên đại học, nhà báo Nguyễn Thông cũng ngậm ngùi viết trên Fb *"Hỏng cả sinh nhật Đức Phật"*. Thú thực xem các cảnh trên TiVi, tôi có cảm giác đại lễ Vesak Phật Đản 2019 mà xứ ta đăng cai tổ chức không khác gì một chương trình nghệ thuật tổng hợp -tạp kỹ- thời trang và kết hợp khoe mẽ chính thể, quảng bá du lịch, chứ chả có gì của Phật, của tôn giáo từ bi, bác ái.

Những dòng ngắn ngủi của nhà báo Nguyễn Thông đã bật ra một vấn đề quan trọng. Ngoài việc làm bức tranh, làm hoạt cảnh tự do tôn giáo che đạy cho sự đàn áp dã man những bậc tu hành chân chính, đại lễ Vesak do Giáo Hội Phật Giáo Quốc Doanh Việt Nam tổ chức còn là cơ hội quảng cáo cho mô hình du lịch tâm linh của các nhóm lợi ích đang khuynh đảo quốc gia...

Báo Dân Việt có bài viết nhận xét: Những năm gần đây, một khái niệm mới trong nền kinh tế Việt Nam nói chung và ngành du lịch Việt Nam nói riêng, đó là Du Lịch Tâm Linh. Thử dùng từ khóa "Du lịch tâm linh Việt Nam" trên Google, chúng ta sẽ có 14.200.000 kết quả. Điều đó cho thấy sức quảng cáo cho mô hình này kinh khủng đến mức nào. Càng kinh khủng hơn là việc các nhóm lợi ích đã chia chác tài nguyên đất đai, núi rừng, thắng cảnh thiên nhiên, di tích lịch sử để trục lợi qua danh nghĩa mỹ miều "Du lịch tâm linh".

Những vết nhọ về nội dung đại lễ cho thấy thực tâm của nhà nước và Giáo Hội Phật Giáo Quốc Doanh. Đại lễ Vesak 2914 tổ chức tại chùa Bái Đính và lần này tại Tam Chúc đều là cơ hội và mục tiêu quảng bá cho doanh nghiệp kinh doanh du lịch tâm linh của tỷ phú Xuân Trường. Trong các dịch vụ kinh doanh ấy có cả Casino. Trong khi đó chùa Liên Trì ở Thủ Thiêm ở Sài Gòn, chùa An Cư ở Đà Nẵng bị chính quyền đập phá cũng để phục vụ cho các dự án kinh doanh địa ốc. (người viết xin ghi thêm một mục đích nữa là huỷ chùa của những nhà sư kiên trì của Giáo Hội Phật Giáo Việt Nam Thống Nhất).

Trong phần kết luận, ông Gió Bấc đã kêu gọi: "Viết những dòng này, chúng tôi muốn gởi đến quý vị cao tăng, quý nguyên thủ quốc gia đã nhọc công tham dự lễ Vesak 2019, xin hãy phát tâm lắng nghe tiếng nói đau khổ của tăng ni, Phật tử Việt Nam và có thái độ đúng đắn trong ứng xử với Giáo Hội Phật Giáo Quốc Doanh hiện nay. Đây thực chất không phải là Giáo Hội Phật Giáo mà chỉ là một tổ chức ngoại vi trá hình của đảng Cộng Sản. Họ đang kinh doanh mua thần bán thánh, gieo rắc mê tín dị đoan như cúng sao giải hạn, giải oan trái chủ, kích hoạt lòng tham mê muội của con người. Hệ thống công an tôn giáo, Ban Tôn Giáo Chính Phủ kiểm soát về nhân sự toàn bộ hệ thống giáo hội này.

III. Sự mâu thuẫn của đảng Cộng Sản Việt Nam

Đảng Cộng Sản Việt Nam theo chủ nghĩa Mác-Lênin, chủ nghĩa duy vật coi tôn giáo là thuốc phiện phải diệt trừ. Nhưng từ cuối thập niên 1980 cho đến nay, sau khi thu tóm Phật Giáo vào tay với Giáo Hội Phật Giáo Việt Nam, thì cho phép xây cất nhiều chùa, thiết lập học viện Phật Giáo trên khắp nước và cho phép Phật tử tự do đi chùa, tự do phát triển mê tín dị đoan. Như thế đảng Cộng Sản đã đi vào mâu thuẫn ở tư tưởng và việc làm. Theo Duy vật Mác- Lênin là phải hủy diệt sư và chùa, nhưng đảng lại xây chùa và đào tạo tăng sĩ. Chúng ta có thể hiểu đây là thủ đoạn xây chùa để diệt Đạo như phần trên đã bàn tới. Có điều khi thực hiện việc này, tình thế lại có nhiều biến đổi là đảng viên đã lập bàn thờ tổ tiên, thờ Phật và chuyện quan chức cộng sản và gia đình thường đi chùa để cầu xin Phật độ và như thế là đã từ duy vật chạy qua duy tâm, tin vào sự linh thiêng siêu hình. Sự việc này không phải ở đảng viên cấp thấp hay cấp trung mà ở cấp cao. Đảng viên ở hàng tột đỉnh cũng biến đổi như thế, nên mới có chuyện ông Trần Đại Quang năng đi chùa, giúp chùa Việt Nam Quốc Tự đúc tượng Phật và cúng cho chùa Vĩnh Nghiêm một bộ 2 cây đèn và lư trầm bằng đồng to lớn, trị giá 19 tỷ đồng (khoảng 800.000 đô la). Ngày 2/3/2018, ông

Quang và bà vợ là Nguyễn Thị Hiền đã qua Ấn Độ tới chiêm bái chùa Mahabodhi, bang Bihar. Nơi đây ông Quang đã gục mặt vào Di Tích Đại Tháp Giác Ngộ, trong khi bà vợ vẻ thảm não nhìn ông Quang. Qua ảnh đó, chúng ta có thể cảm được là cả hai đã tới đây cầu nguyện, cầu Phật cứu độ.

Trước ông Quang, đảng viên Cộng Sản Nguyễn Tấn Dũng, khi làm thủ tướng cũng đã sang Ấn Độ chiêm bái nơi Phật Nhập Diệt, và khi bỏ áo quan trở về làm người tử tế đã tới chùa. Còn ông Cộng Sản Đỗ Mười, thường vỗ ngực tự xưng là Bôn Sê Vích, sau khi phá chùa mấy chục năm đã trở về làm bạn tri âm, tri kỷ với Hòa Thượng.

Về chuyện này, chúng ta có thể thấy thêm là đám tang của hai ông Trần Đại Quang và Đỗ Mười đã được tổ chức theo nghi lễ Phật Giáo. Có bàn thờ hương khói nghi ngút, có lễ dâng hương, chuông trống và sư tụng kinh cầu siêu. Có một điểm đặc biệt, khi làm lễ trước quan tài của ông Quang, ông *Nguyễn Phú Trọng đã dùng những ngón tay bắt Ấn Quyết trừ tà ma* (kiểu bắt ấn quyết của mấy ông thầy phù thủy ở miền Bắc khi đi cúng trừ tà). Ông nào chụp được mấy ngón tay bắt Ấn của ông Trọng thật tinh mắt, nhanh nhạy. *Điều này nói lên tâm trạng bất an của ông Trọng khi đối diện với xác của ông Quang.* Như thế phải hỏi ông Trọng, lãnh đạo đảng Cộng

Sản, nhà lý luận Mac xít – lêninnit, đầy ắp duy vật trong máu sao lại sợ ma quỷ? Và như thế bàn tay bắt Ấn đã đuổi Duy Vật ra khỏi máu, khỏi đầu ông Trọng. Người lãnh đạo cao nhất của đảng Cộng Sản cũng đã từ bỏ chủ nghĩa duy vật.

Khi hai ông Trần Đại Quang và Đỗ Mười đi vào lòng đất, chùa Việt Nam Quốc Tự đã làm lễ cầu siêu cho ông Quang với trên 500 tăng ni, và Hòa Thượng Thích Trí Quảng, trụ trì chùa Việt Nam Quốc Tự ca ngợi ông Quang là người đã có nhiều đóng góp to lớn cho chùa, có công lao trong việc thắt chặt mối đoàn kết gắn bó giữa các dân tộc, các tôn giáo để tạo sự đoàn kết toàn dân. Còn ông Đỗ Mười đã được chùa Trấn Quốc (Hà Nội) và chùa An Viên (Tuyên Quang) làm lễ cầu siêu với hàng trăm tăng ni, và trong một bài viết, Hòa Thượng Thích Thanh Nhã, Phó Thường Trực Ban Nghi Lễ Trung Ương, trụ trì chùa Trấn Quốc, đệ tử Hòa Thượng Thích Kim Cương Tứ, đã ca ngợi "Lúc sinh thời Hòa Thượng Thích Kim Cương Tứ đã kết Tổng Bí Thư Đỗ Mười là người tri âm, tri kỷ. Hòa Thượng thường nhắc nhở đám hậu sinh: Tổng Bí Thư Đỗ Mười là một bậc lãnh tụ đáng kính, vừa có tâm đạo, vừa có đức lớn trong đời, bởi ngài luôn luôn quan tâm tới Phật Giáo cả nước, tới vận mệnh quốc gia dân tộc. Rồi Thượng Tọa Thích Minh Hiền, trụ trì chùa Hương thì tôn vinh Đỗ Mười là Bồ Tát.

Qua những điều trên, chúng ta thấy các ông lãnh đạo đảng Cộng Sản, xác định chủ nghĩa Mac-Lênin là hệ tư tưởng chỉ đạo sự phát triển của xã hội Việt Nam và là người có nhiệm vụ thực hiện chủ nghĩa duy vật trong việc xây dựng kinh tế, văn hóa, xã hội, gọi là cách mạng xã hội chủ nghĩa. Nhưng các ông lại sống duy tâm với cầu Phật, đúc tượng Phật, đúc chuông, cúng dường, tri âm, tri kỷ với các ông sư. Như thế là đảng Cộng Sản đã đi vào mâu thuẫn kép: Mở cửa chùa cho dân, rồi cho chính mình, nhưng vẫn phải diệt Phật. Vậy phải hiểu sự mâu thuẫn này như thế nào?

Theo chúng tôi hiểu thì đảng Cộng Sản đã tới chỗ cùng của tư tưởng. Không còn tin vào Mac-Lênin, không còn tin vào chủ nghĩa duy vật, nhưng vẫn phải giữ cái tên xã hội chủ nghĩa, duy trì chính sách chuyên chính để giữ quyền lực. Tất cả xã hội phải ở trong tay họ dưới cái tên xã hội chủ nghĩa. Vì thế xã hội Việt Nam mới đi vào tình trạng trôi bồng bềnh giữa những mâu thuẫn của đảng Cộng Sản. Họ chỉ biết quyền lực với bạo lợi chủ nghĩa, còn xã hội đi tới đâu, xấu tới đâu cũng tốt. Từ đó mới sinh ra những quái thai với cái đuôi xã hội chủ nghĩa. Như ở tôn giáo thì cái đuôi xã hội chủ nghĩa đã tạo thành những thảm kịch tôn giáo. Còn ở kinh tế thì kinh tế thị trường định hướng xã hội chủ nghĩa đã tạo thành nền kinh tế "không chịu phát triển" với 3 cái chân khập khiễng: Nhà nước yểm trợ, bù lỗ cho những xí nghiệp quốc doanh ăn hại, đái nát. Dành những ưu đãi cho xí nghiệp nước ngoài, nhưng kiềm chế xí nghiệp tư nhân của dân Việt, vì sợ dân trở thành những người giàu có. Từ đó mới có chuyện ông Thủ Tướng Nguyễn Xuân Phúc nói trước Quốc Hội: Đừng sợ dân giàu các đồng chí ạ!

Kết luận

Trước thảm kịch của Phật Giáo qua những hình ảnh mấy ông sư trụ trì ăn thịt cá, đi chơi gái, qua những sự việc của chùa Ba Vàng, chùa Phúc Khánh và đại lễ Vesak, có một số bài viết đưa ra những đề nghị để chấn hưng Phật Giáo. Chúng tôi nghĩ Phật Giáo dưới chế độ độc tài toàn trị của đảng Cộng Sản không cách gì có thể chỉnh đốn, vì đảng muốn làm như thế, và cách làm của họ đã theo đúng chính sách của đảng. Họ đã thành công khi tạo được một thứ Phật Giáo của họ với nhiều chùa, với nhiều dân đến chùa, với nhiều phương pháp thu góp tiền bạc của giáo chúng. Quan trọng nhất là một tôn giáo lớn như Phật Giáo đã trở thành một tổ chức ngoại vi của đảng. Vì thế, đảng đi xuống tới đâu thì Phật Giáo đi xuống tới đó. Tuy nhiên không vì thế mà chúng ta tuyệt vọng. Vì sao không tuyệt vọng thì theo thiển ý có thể dựa vào mấy điều sau:

1. Sự trường tồn của đạo Phật với lịch sử dân tộc đã trên 2000 năm. Theo dòng lịch sử đó, đạo Phật có thăng trầm, nhưng không bao giờ bị đứt đoạn. Và đạo Phật đã trở thành truyền thống, sống trong tâm trí của con dân Việt. Sự thấm nhuần có người đậm người nhạt, nhưng đều hiểu những ý niệm phổ quát của giáo lý Phật: Giải thoát, từ bi, hỷ xả, bi trí dũng, thiện ác, luân hồi, nghiệp báo... Sự phát triển của Đạo Phật Xã Hội Chủ Nghĩa hiện tại là cơ may, vì những cái xấu nổi lên, biểu hiện trong sinh hoạt xã hội, còn những cái tốt chìm xuống. Đảng Cộng Sản là một tổ chức chính trị chủ ác, không thể hòa được với đạo Phật. Không thể diệt được đạo Phật trong lòng người dân. Bây giờ họ chỉ chiếm được những ngôi chùa với cái áo nâu hay áo vàng. Bằng chứng là những đảng viên, những người lãnh đạo đảng Cộng Sản, từng cá nhân và gia đình họ, đã trở về với Phật dù phải sống trong mâu thuẫn, vì họ không thể bỏ chính sách của đảng. Do đó, chỉ khi nào chế độ Cộng Sản tàn lụi trên đất nước Việt, lúc ấy mới có thể nói chuyện phục hưng Phật Giáo.

2. Sự biểu hiện tích cực là trước sự suy đồi của Phật Giáo do đảng Cộng Sản gây nên, chúng ta thấy mạng xã hội, đa số là những người trẻ, lên tiếng tố cáo, phản bác những việc làm bê bối của chùa này, chùa nọ, ông sư kia. Hiện tượng đó chứng tỏ thế

hệ trẻ Việt Nam đã quan tâm đến xã hội, quan tâm đến Phật Giáo. Vì thế khi tìm hiểu vấn đề, chúng tôi đã phải tìm đến mạng của các bạn trẻ ấy. Bằng chứng là bức tranh Đạo Pháp và Dân Tộc của sư Thanh Quyết, và buổi trình diễn múa hát sexy của Giáo Hội Phật Giáo Việt Nam chiêu đãi các đại biểu Phật Giáo quốc tế, đã nhận được cả một biển tiếng nói phẫn nộ trên mạng xã hội của những người trẻ. Trước sự việc ấy, ai dám nói chế độ độc tài toàn trị đã triệt tiêu được ý thức thiện ác, đúng sai của thế hệ trẻ Việt nam?

3. Từ thảm kịch của Phật Giáo Việt Nam, chúng tôi liên tưởng đến thảm kịch của Phật Giáo Trung Hoa thời nhà Nguyên. Theo sử gia E. Eberhard trong A History of China thì nhà Nguyên đặc biệt ưu đãi Phật Giáo, Lão Giáo và Lạt Ma Giáo, nên Phật Giáo đã phát triển nhanh về lượng. Năm 1292 có 42.318 ngôi chùa với trên 213 ngàn sư, ni. Nhưng với chính sách dùng tôn giáo làm đồng minh, nhà Nguyên đã làm sa đọa Phật Giáo. Vì dưới chế độ thống trị nghiệt ngã và bần cùng hóa dân chúng của triều Nguyên, người Trung Hoa đã vào chùa để tìm phương tiện sinh sống qua ngày, chứ không phải vào chùa vì đạo pháp và đạo hạnh. Do đó, chùa đã trở thành nơi dựa thế những ông quan nhà Nguyên để dung dưỡng cái xấu và làm điều sằng bậy.Từ đó Phật Giáo Trung Hoa đã đi vào thời mạt pháp gần

một thế kỷ (1277 – 1367). Nhưng khi nhà Nguyên sụp đổ, và nhà Minh lên trị vì thì Phật Giáo Trung Hoa lại phục sinh khởi sắc, vì Phật Giáo Trung Hoa cũng có truyền thống lâu đời, đã ăn sâu vào tâm não người dân Trung Hoa. Trong thời mạt pháp, những bậc chân tu đã tìm nơi ẩn dật và họ đã là những nhân tố làm sống lại Phật Giáo thời Minh. (Chu Nguyên Chương, người lập nên nhà Minh, cũng đã vào chùa làm sư đi khất thực để tìm hào kiệt khởi sự diệt Nguyên).

(W. Eberhard: A History of China, a Public Domain Book, 2012, p. 182)

4. Tình thế Phật Giáo Việt Nam ngày nay cũng gần như vậy. Những cái xấu đã biểu hiện lên bề mặt xã hội, còn những vị chân tu đã tìm thanh tịnh tại tư gia hay trong những cái cốc xa lánh bụi trần mà chúng tôi biết được một số quí vị ấy qua những ông cư sĩ ở hải ngoại hàng năm về làm việc xã hội ở một số chùa nhỏ ở miền quê. Có cái may là Việt Nam ngày nay, với kinh tế thị trường, làm ăn tự do, nên các vị tìm đạo có thể ẩn dật để nghiên cứu và sống với đạo. Hy vọng các vị có một số đệ tử để một ngày nào đó sẽ trở thành những cái nhân lớn cho việc phục hưng Phật Giáo Dân Tộc. Đảng Cộng Sản sẽ tàn lụi như một cái áo rách, còn Phật Giáo thì muôn đời.

ĐÒN THÙ CỦA ĐẢNG

Đảng ta là đạo đức, là Văn Minh

Châm ngôn của đảng Cộng Sản Việt Nam

Hiếm có đảng cầm quyền nào trên thế giới
được Dân tự hào và yêu thương
như Đảng Cộng Sản Việt Nam.

Nguyễn Phú Trọng

Cộng Sản còn ác với dân không con?

(Hòa thượng Thích Thanh Tịnh hỏi
nhạc sĩ Tuấn Khanh trước khi chết)

Lịch sử các quan chức của đảng Cộng Sản cướp đất của dân đã kéo dài từ ngày đảng Cộng Sản từ bỏ vô sản trở về tư sản. Nhưng tới việc cướp đất ở xã Đồng Tâm thì Đảng đã đạt tới đỉnh cao của sự tàn bạo dã man với việc thảm sát cụ Lê Đình Kình, tàn phá gia đình cụ và nhiều người dân khác. Đảng Cộng Sản muốn nói gì khi huy động cả trung đoàn cảnh sát cơ động và công an đánh úp làng Hoành trong đêm tối để phanh thây một lão nông 84 tuổi với 58 tuổi đảng?

Trước sự việc với câu hỏi đó, chúng tôi có mấy nhận định như sau:

I. Đòn thù

Trong hơn 2 năm (4/2017-1/2020), lãnh đạo dân Đồng Tâm giữ mảnh đất 59 ha ở Đồng Sênh, cụ Lê Đình Kình đã trở thành kẻ thù của đảng. Và đòn thù ấy đã được kết hợp từ mấy yếu tố sau:

1. Với Nguyễn Đức Chung:

Khởi từ biến cố 15/4/2017, khi công an Hà Nội và Mỹ Đức bắt cụ Kình và tính thủ tiêu cụ không thành, vì ngay lúc ấy dân Đồng Tâm đã kịp thời vây bắt 38 người gồm cán bộ, công an Mỹ Đức và Hà Nội để làm con tin đòi thả cụ Kình. Vì thế cụ Kình đã được đưa đi bệnh viện mổ chữa thương tích gẫy chân và vỡ xương hông rồi được thả về. Và tướng công an Nguyễn Đức Chung, Chủ Tịch Tp Hà Nội phải hạ mình xuống Đồng Tâm hòa giải và làm giấy cam kết không khởi tố dân Đồng Tâm về việc dân Đồng Tâm đã bắt cán bộ nhà nước để dân Đồng Tâm thả số cán bộ và công an bị bắt. Nhưng chỉ hai tháng sau, ông Chung đã trở mặt tự xé bản cam kết, khởi tố một số dân Đồng Tâm và tiếp tục việc thanh tra khu đất Đồng Sênh, rồi thanh tra lại khẳng định khu đất Đồng Sênh là đất quốc phòng.

Từ đó, ông Chung đã ê chề chịu đựng búa rìu dư luận về sự hèn hạ tráo trở của ông chủ tịch thành phố Hà Nội. Và cụ Lê Đình Kình cũng đã nhiều lần lên án về sự lật lọng của ông Chung. Như thế tất nhiên tướng công an Nguyễn Đức Chung phải căm thù cụ Kình và đợi cơ hội để có thể tìm cách trả thù.

2. Với những quan chức UBND Hà Nội và tập đoàn Viettel.

Theo cựu đại tá công an Nguyễn Đăng Quang, trong bài "Đâu là mục đích và mục tiêu tập kích vào Đồng Tâm" cho biết:

"Việc tranh chấp 59 ha đất ở cánh đồng Sênh bắt đầu từ cuối 2016, nhưng cho đến nay Bộ Quốc Phòng và Viettel chưa hề lên tiếng, chỉ có UBND Hà Nội tuyên bố đây là đất quốc phòng. Đây là một uẩn khúc mà chỉ có Viettel và UBND Hà Nội biết rõ. Việc này chắc hẳn phải liên quan đến "Văn bản hợp tác đầu tư" được ký kết giữa tập đoàn Viettel và UBND Hà Nội ngày 4/6/16.

Theo đó UBND Hà Nội "có trách nhiệm tháo gỡ khó khăn trong việc giải phóng mặt bằng tại huyện Mỹ Đức để xây dựng nhà máy sản xuất". Nhưng đã trên 2 năm, quan chức của UBND Hà Nội, nhóm lợi ích với tập đoàn quân đội Viettel đã không lấy được đất để làm giàu và cái tên Viettel cũng đã trở thành cái tên của kẻ cướp thì phải thủ cụ Lê Đình Kình, vì cụ Kình đã cùng dân Đồng Tâm quyết tử giữ đất mà ông cụ đã nhiều lần tuyên bố trước báo giới: "Cho dù có bị chặt đầu, tôi vẫn khẳng định 59 ha đất ở cánh đồng Sênh là đất nông nghiệp". Cụ nói là trong tay có đủ hồ sơ, tài liệu, giấy tờ chứng minh cho lời khẳng định trên, và cũng đã nói với thanh tra là "các ông có giấy tờ, bản đồ chứng minh 59 đất ở Đồng Sênh là đất quốc phòng, chúng tôi sẽ trao đất ngay trong 5 phút". Tất nhiên Thanh Tra, quan chức của Hà Nội không có giấy tờ và bản đồ, nên họ đã không thể đem việc này ra tòa án vì biết chắc sẽ thua trước cụ Kình và dân Đồng Tâm, nên họ phải tính việc diệt ông già họ Lê để cướp đất bằng súng đạn.

3. Với đảng Cộng Sản mà hiện thân là Tổng Bí Thư Nguyễn Phú Trọng, Thủ Tướng Nguyễn Xuân Phúc và Đại Tướng Tô Lâm, Bộ Trưởng Bộ Công An:

Việc các quan chức của đảng âm mưu cướp đất của dân Đồng Tâm đã thành chuyện lớn suốt hơn 2 năm qua. Sau biến cố công an, cảnh sát bắt cụ Kình và dân Đồng Tâm bắt 38 người gồm cán bộ, và cảnh sát, cụ Lê Đình Kình thành nổi tiếng và được coi là người lãnh đạo của dân Đồng Tâm. Từ đó cụ đã cùng 2 người con lớn là Lê Đình Công, Lê Đình Chức và một số cựu bộ đội chuyển Nhóm Đồng Thuận (được thành lập từ năm 2014 với 3 đảng viên lão thành) thành một tổ chức đấu tranh trực diện với những quan chức tham nhũng và gọi những tên này là nội xâm trong đảng. Theo ông Nguyễn Đăng Quang, "nhóm Đồng Thuận chủ trương đấu tranh ôn hòa thông qua các kiến nghị gửi đến lãnh đạo đảng và nhà nước các cấp từ địa phương đến trung ương. Sách lược đấu tranh của nhóm là tuyên bố ủng hộ công cuộc đấu tranh chống tham nhũng do TBT Nguyễn Phú Trọng phát động, đồng thời cũng giương cao các khẩu hiệu chống tham nhũng của đảng và nhà nước, đặc biệt coi tham nhũng là giặc nội xâm. Nhóm này luôn khẳng định không chống đảng và nhà nước, chỉ chống bọn tham nhũng và các nhóm lợi ích trong Đảng Cộng Sản Việt Nam mà họ gọi là giặc nội xâm trong đảng".

Ông Quang cho biết đã nhiều lần về Đồng Tâm tiếp xúc với cụ Kình và cụ đã tâm sự với ông Quang về cách hóa giải mâu thuẫn trong xã hội, cụ thể là cuộc khủng hoảng Đồng Tâm, và cụ xác quyết 3 nguyên tắc sau:

- Một là dứt khoát phải loại bỏ sử dụng vũ lực, vũ lực chỉ sử dụng với kẻ thù khi không còn con đường nào khác. Tuyệt đối không bao giờ để chống lại nhân dân. Bạo lực sẽ đẻ ra bạo lực, đó là quy luật và hậu quả tất yếu.

- Hai là con đường pháp lý (kiện ra tòa án) bao giờ cũng tốt hơn bạo lực. Song chỉ nên dùng đến nó một khi phương thức đối thoại, hòa giải thất bại.

Ba là phải đối thoại, hòa giải. Mọi mâu thuẫn và bất ổn trong xã hội đều có thể được hòa giải thông qua đối thoại, hòa giải. Nhưng đối thoại phải thực tâm và phải nghiêm túc thực thi những điều đã thỏa thuận. Đây là nguyên tắc tối thượng.

Ba nguyên tác xuyên suốt này được thể hiện rất rõ trong Tâm Thư Của Người Dân Đồng Tâm gửi Hội Nghị Trung Ương ĐCS VN ngày 15/4/2018 và gửi Chủ Nhiệm Ủy Ban Tư Pháp Quốc Hội ngày 28/5/2018".

Người viết viết thêm là cả 3 điều đều đặt đảng vào vị thế của một đảng cầm quyền dân chủ, xa lạ với đảng Cộng Sản. Vì đảng chỉ ra lệnh và dân phải làm. Không có chuyện đảng ra tòa, vì đảng ở trên tòa. Không có chuyện hòa giải, vì đảng ở trên dân. Có điều ngạc nhiên là cụ Kình, một đảng viên lão thành, biết rất nhiều về đảng mà sao cụ không thấy Nguyễn Phú Trọng chống tham nhũng là để diệt phe đối nghịch, còn tham nhũng là chính sách bất thành văn của đảng. Sao cụ không thấy đảng Cộng Sản là hiện thân của tham nhũng. Sao cụ không nghe lời than của bà Nguyễn Thị Doan trước Quốc Hội là đảng viên, cán bộ ăn không trừ một cái gì! **Vì thế đáng lẽ cụ phải hiểu chống tham nhũng thực là chống đảng**, và cụ là một người dân thì không có quyền nói mấy lời chống tham nhũng. Chỉ những người lãnh đạo cao nhất của đảng, của nhà nước mới có quyền nói tham nhũng và chống tham nhũng. Vì thế, những điều cụ làm và nói đã đưa đến cho cụ đòn thù của đảng.

Ông Quang cho biết:

"Kể từ biến cố ngày 15/4/2017 (cụ Kình bị bắt, bị đạp gãy xương hông và dân Đồng Tâm bắt 38 người gồm cán bộ và cảnh sát), nhóm Đồng Thuận do cụ Kình lãnh đạo, đứng ra tổ chức các cuộc họp thường kỳ, tố cáo hiện trạng đất đai ở địa phương cùng đích danh các quan chức trùm xò và các nhóm lợi ích trong đảng. Nhóm Đồng Thuận lấy tư gia cụ Kình làm nơi tổ chức những cuộc họp thường kỳ hàng tháng, có livestream (phát trực tiếp tại chỗ) với chủ đề chống tham nhũng. Các buổi sinh hoạt livestream này được lưu qua ứng dụng Youtube, do đó không chỉ người dân ở trong nước có thể xem trực tiếp mà đông đảo bà con Việt kiều trên thế giới có thể theo dõi qua Youtube. Các buổi sinh hoạt thường kỳ này luôn được đông đảo bà con trong xã hưởng ứng đến tham dự. Buổi ít nhất cũng đến cả trăm, nhiều thì lên đến cả ngàn người có mặt, và luôn có hàng chục ngàn người xem trực tiếp qua livestream mỗi buổi và hàng trăm ngàn người xem qua ứng dụng của Youtube sau đó.

Dư luận cho rằng Đảng vô cùng căm tức và run sợ. Họ không thể chấp nhận sự tồn tại của nhóm này cũng như để cho nhóm tiếp tục tự do hội họp, tự do bày tỏ chính kiến. Họ nhận định đích thị đây là một tiền lệ rất nguy hiểm, là manh nha dẫn đến đa nguyên, đa đảng. Do vậy phải bằng mọi cách tiêu diệt bằng được cụ Lê Đình Kình, thủ lĩnh tinh thần và bộ óc của nhóm Đồng Thuận Đồng Tâm, và bắt sống bằng hết các thành viên khác".

Trong bài "Đồng Tâm Những Ngày Buồn Nhất Lịch Sử" (Bauxite Viet Nam 15/1/20), FB Khánh

Trâm Nguyễn Thị viết: "Từ 2h45' sáng, tiếng súng đã bắt đầu. Tiếng kẻng, mâm, xoong đập vào nhau. Tiếng la hét kêu cứu của ai đó chạy khắp xóm: Làng nước ơi, chúng nó đánh rồi. Cả xóm chạy ra thì mới biết nhà ông Kình bị quân đội và cảnh sát tấn công. Chúng bắn pháo, bắn hơi cay vào nhà mọi người, sắp chết ngạt hết rồi. Không ai được ra khỏi ngõ. Tiếng súng nổ khắp nơi. Tất cả các đường chính ra nhà ông Kình đều bị bao vây nên mọi người không thể có thông tin từ gia đình ông.....

Đến trưa thì con cháu dâu và vợ ông Kình được thả về. Sau đó lại được tin chính quyền gọi người nhà lên làm thủ tục nhận xác ông Kình. Ai cũng đều mong đón linh cữu ông. Đến khoảng 22h thì ông mới được gia đình đưa vào nhà tắm rửa, thay quần áo. Các bạn không thể tưởng tượng được một đám tang nào mà nhiều người khóc đến thế.... Vào nhà thay quần áo cho ông thì mới thấy được nhà nước nhân đạo thế nào.

Đầu tiên thì nhìn thấy một vết khâu từ cổ xuống dưới bụng. Sau đó là một lỗ tròn xoe ở tim, ở dưới bụng cũng có một lỗ, xuống tí nữa thì thấy một cảnh bao con người phải ngất: Chân trái ông bị mất hẳn cái đầu gối, chỉ còn dính ít da ở phía sau. Các con gái ông đã ngã ra và bất tỉnh. Người dân thì la hét xót xa. Phần còn lại là đầu có một lỗ ở ngay thái dương. Phía sau đầu cũng là vết mổ xẻ đã được khâu vá.

Con gái ông khóc: "Ông Trọng ơi, ông mang con bỏ chợ, ông hô hào toàn dân chống tham nhũng, bố tôi và anh em tôi nghe lời ông chống tham nhũng mà ông để gia đình tôi chết oan uổng thế này đây".

Ngoài cụ Lê Đình Kình bị đảng phanh thây, đòn thù còn giáng lên đầu những người bị bắt. Cơ quan Điều Tra Công An Hà Nội đã ra quyết định khởi tố 22 bị can với các tội danh "giết người và chống người thi hành công vụ". Với tội danh này có thể hiểu là Đảng sẽ tử hình một số người nữa.

II. Truyền thống dối trá của đảng Cộng Sản

Trong trận đánh vào Đồng Tâm đêm 9/1, nhà nước đã bưng bít thông tin, cắt internet, cắt điện thoại và ngay cả báo chí của nhà nước cũng không được tiếp cận. Duy nhất chỉ có Bộ Công An được truyền tin. Có thể do việc làm ám muội, kịch bản soạn không kỹ, nên sự việc xảy ra ở chiến trường đã không khớp với kịch bản, tin tức đã hỗn loạn. Tin hôm trước khác tin hôm sau. Nơi này nói khác nơi kia. Nhưng từ những sự biến đổi này, có thể cho chúng ta thấy sự dối trá của đảng và do suy luận có thể thấy được mục đích đảng làm.

1. Về mục đích tấn công Đồng Tâm:

Qua phần trên, chúng ta thấy là Đảng đem đại quân đánh úp Đồng Tâm là để tiêu diệt nhóm Đồng Thuận, hủy diệt tinh thần giữ đất của dân Đồng Tâm để cướp 59 ha đất Đồng Sênh. Nhưng đảng đánh tráo mục đích này thành mục đích tiêu diệt nhóm khủng bố, người đứng đầu là cụ Lê Đình Kình. Khi vu khống nhóm Đồng Thuận, đấu tranh ôn hòa chống tham nhũng, thành tổ chức khủng bố đảng nhằm 2 mục đích:

- Thứ nhất, với dân là để khủng bố dân. Từ nay người dân nào dám giữ đất sẽ có tội danh mới là tội khủng bố. Với tội đó thì phải chết hoặc đi tù.

- Thứ nhì, với quốc tế, nhân danh tiêu diệt khủng bố, đảng sẽ hóa giải được tất cả những lời kết án của những tổ chức nhân quyền và những chính quyền dân chủ trên thế giới. Vì thế, số tiền hơn nửa tỷ đồng dân gửi phúng điếu cụ Kình trên tài khoản của chị Nguyễn Thúy Hạnh đã bị Bộ Công An phong tỏa vu khống là tiền yểm trợ khủng bố.

2. Về cái chết của 3 chiến sĩ công an

Cho đến nay chắc không ai hiểu được cái chết của 3 chiến sĩ công an, vì chỉ có một nguồn tin từ Bộ Công An và ông Thứ Trưởng Bộ Công An đã dẫn ta vào mê cung của 3 cái chết này:

- Khởi đầu theo thông báo của Bộ Công An, ngày 9/1 thì trong quá trình thực hiện nhiệm vụ đảm bảo an ninh trật tự xây dựng tường bảo vệ sân bay Miếu Môn trên địa bàn xã Đồng Tâm, một số đối tượng chống đối đã sử dụng lựu đạn, bom xăng, tuýp sắt gắn dao nhọn tấn công lực lượng thi hành nhiệm vụ. Trong quá trình truy bắt, khống chế và bắt giữ nhóm chống đối đặc biệt nguy hiểm nêu trên, 3 cán bộ, chiến sĩ công an đã anh dũng hy sinh, một đối tượng chống đối bị chết và 1 đối tượng bị thương.

Ba chiến sĩ công an gồm:

- Đại tá Nguyễn Huy Thịnh, Phó Trung Đoàn Trưởng, Trung Đoàn Cản Sát Cơ Động Thủ Đô, Bộ Tư Lệnh Cảnh Sát Cơ Động.

- Đại Úy Phạm Công Huy, cán bộ chữa cháy và cứu nạn, cứu hộ số 3, Phòng Cảnh Sát Phòng Cháy, Chữa Cháy, Công An Hà Nội.

- Thượng Úy Dương Đức Hoàng Quân, Tiểu Đội Trưởng, Trung Đoàn Cảnh Sát Cơ Động Thủ Đô, Bộ Tư Lệnh Cảnh Sát Cơ Động.

Nhưng trước những sự việc vô lý dân mạng nêu lên như: Tại sao lại xây tường trong đêm và một đối tượng bị chết - ám chỉ cụ Lê Đình Kình, một ông già đã bị công an đạp gẫy xương đùi thành tàng tật phải ngồi xe lăn, làm sao có thể ngồi xe lăn ra chỗ xây tường cách nhà 3 cây số để tấn công lực lượng làm nhiệm vụ xây tường?

Vì thế, ngày hôm sau, tướng Lương Tam Quang, Thứ Trưởng Công An, họp báo nói khác là lực lượng của công an vào Đồng Tâm để lập chốt an ninh ở cổng thôn Hoành nhằm bảo vệ công trình từ xa, và khi lực lượng đang triển khai các chốt thì bị các lực lượng tấn công bằng lựu đạn, bom xăng, dao phóng hàn tuýp sắt. Sau đó các đối tượng rút về nhà mấy ông Lê Đình Kình, Lê Đình Công ở gần đó, tiếp tục tấn công từ trong nhà ra, nên lực lượng chức năng triển khai phương án vây bắt. Trong khi truy đuổi các đối tượng chạy thì 3 cảnh sát ngã xuống giếng trời giữa hai nhà, sâu khoảng 4 mét và khi thấy cảnh sát ngã xuống hố thì các đối tượng đổ xăng phóng hỏa. Đài truyền hình Việt Nam dẫn lời khai của ông Lê Đình Chức thì ông Chức đã chỉ đạo phóng lửa đốt các chiến sĩ bị rơi, nhưng ông Lương Tam Quang lại nói là do Lê Đình Doanh đổ săng vào chậu đưa cho Lê Đình Chức đổ xuống hố châm lửa.

Nếu sự việc xẩy ra như ông Quang nói thì 4 người chết ở chiến trường xây tường là cụ Kình và

3 công an đã sống lại: Cụ Kình về nhà và sau đó chết lần thứ nhì, còn 3 chiến sĩ công an thì dự trận đuổi các đối tượng, rồi ngã xuống giếng, bị đốt ở thôn Hoành và bị chết lần thứ hai.

Tuy đưa cái chết của 3 chiến sĩ công an về thôn Hoành, nhưng ở đây càng vô lý. Vì theo FB Khánh Trâm Nguyễn Thị (đã dẫn trên) thì từ 2h45′ sáng lực lượng cảnh sát cơ động đã tràn ngập khắp làng phục sẵn, bao vây nhà ông Kình. Chúng bắn pháo, bắn hơi cay vào nhà mọi người. Không ai được ra khỏi ngõ, tiếng súng nổ khắp nơi. Tất cả các đường chính đến nhà ông Kình đều bị bao vây, nên mọi người không thể có thông tin từ gia đình ông.

Theo Tuấn Khanh trong bài "Tết ở Đồng Tâm, Ngày Tháng Này" qua cuộc trò chuyện vào ngày giáp tết với anh Trịnh Bá Phương, người trực tiếp truyền tin những sự kiện về Đồng Tâm lúc này thì "Cái chết của ba nhân viên công an, chính quyền đổ cho người dân giết. Nhưng cả trong ngôn luận độc quyền của nhà nước cũng bất nhất. Sự thật thì chỉ có họ biết, chứ dân Đồng Tâm không thể chống cự trong một bối cảnh đàn áp dữ dội và đầy hơi cay như sáng sớm 9/1/20. Lấy nhà cụ Kình làm trung tâm thì chung quanh rộng đến 300-400 m, không ai có thể chịu đựng nổi khói và lựu đạn cay, đặc biệt trẻ nhỏ. Nên hầu hết người lớn đều tìm cách đưa chúng ra ngoài. Nhiều người bị ngạt, bị ngất. Bản thân cụ Hiểu, bạn cụ Kình, cũng đã ngất trước khi bị bắt đi".

Qua hai nguồn tin trên, chúng ta hiểu là nhà cụ Kình và 2 nhà con trai cụ đã bị cảnh sát cơ động bao vây từ 2 h 45′ đêm. Như thế không có việc lập chốt, không có việc nhóm đối tượng tấn công chốt, nên không có việc 3 chiến sĩ công an đuổi theo nhóm đối tượng và bị ngã xuống giếng trời. **Từ đó, chúng ta hiểu nhóm công an giải quyết đòn thù của Đảng đã tấn công phá nhà cụ Kình và nhà con trai cụ, xử tử cụ Kình, cướp tài sản cả ba nhà và bắt toàn gia cụ Kình**. Còn cái chết của ba chiến sĩ công an mà ông Thứ Trưởng Quang nói là ngã xuống giếng và bị Lê Đình Doanh đổ xăng vào chậu đưa cho Lê Đình Chức đổ xuống hố rồi châm lửa là chuyện vu cáo vô lý. Vì ngay cả có chuyện 3 chiến sĩ công an ngã xuống giếng thì Doanh và Chức cũng không thể xuất hiện làm việc đổ xăng châm lửa, vì cảnh sát đã bao vây 3 nhà vòng trong vòng ngoài từ 3 giờ sáng, Doanh và Chức làm cách nào ra khỏi nhà làm công việc giết người như dỡn chơi trước hàng trăm mũi súng của cảnh sát cơ động. Chúng ta không thể biết 3 chiến sĩ công an đi giết dân tại sao chết và chết ở đâu, nhưng Đảng đã đổ tội cho dân Đồng Tâm giết và mượn ba cái chết ấy vu khống dân khủng bố và gần nhất là sẽ kết tội tử hình hai ông

Chức và Doanh về tội giết người.

FB Lã Minh Luận trong bài "Tôi đã đến được Đồng Tâm" trên ethongluan.org/1/29/2020, cho biết ngày 4 tết đã tới được nhà cụ Kình thắp nhang cho cụ và hỏi người nhà ít tin tức. Về cái chết của 3 chiến sĩ công an, Lã Minh Luận hỏi cụ Thành: "Thế hôm ấy, mấy anh công an đã chết như thế nào, cụ và gia đình có biết không? Có phải mấy anh em nhà mình ném bom xăng xuống cái giếng trời làm họ bị chết cháy không?" Cụ Thành lại vật vã kêu giời ơi! Đúng lúc ấy, mấy người hàng xóm và hai người con gái của cụ Thành bước vào, mọi người đồng thanh đáp: "Cả làng không ai nhìn thấy, không ai biết họ chết thế nào, không ai biết họ chết lúc nào, sau này chỉ nghe công an nói...(mấy người quả quyết). Tôi hỏi tiếp: "Vậy vì sao mấy anh em, chú cháu lại nhận là ném bom xăng xuống giếng trời đốt cháy họ?" Cụ Thành và mấy người nói: "Cũng chả biết, chắc họ đánh đau quá, bắt phải nhận thôi, chứ thằng Uy vừa ló mặt ra sân thượng đã bị người ta bắn gãy tay, còn thả chó ra đuổi cắn... thì ai có thể chạy sang tận sân nhà bên để ném bom xăng?"

Như thế thì đã rõ là kịch bản phải có cảnh sát chết thảm để Đảng dấy căm thù lên Nhóm Đồng Thuận Lê Đình Kình trên toàn quốc và đội cho nhóm này cái mũ Khủng Bố, nhưng thời gian mọi người sẽ nhận ra sự vô lý của 3 cái chết này và sẽ thấy đó là 3 cái chết không xác thực như một số bài nhận định đã đưa ra nhiều nghi vấn. Chẳng hạn như bài "Thảm Kịch Lê Đình Kình", nhà văn Phạm Đình Trọng đã viết:

"Vì sao các ông tướng công an chỉ huy trận đánh Đồng Tâm lại lúng túng, ấp úng, mơ màng, nói năng huyên thuyên về cái chết của ba công an, ba đồng đội của họ như vậy. Hai khả năng đặt ra:

Một. Cái chết của ba công an không có trong thực tế, chỉ có trong kịch bản của những người lên phương án tác chiến ở sở chỉ huy trận đánh. Trong trận đánh phải có cái chết của ít nhất ba công an để biện minh cho hành sử tàn bạo của công an, trong đêm xông vào nhà dân, bắn chết dân như bắn một kẻ có nợ máu. Nhưng tác giả kịch bản quá kém cỏi, kịch bản quá sơ hở. Ba cái chết cứ phải thay đổi để bịt những sơ hở đó mà bịt không nổi.

Ba cái chết được truy tặng huân chương cao nhất nhưng ngoài tên người, tên đơn vị thì thân nhân và gia đình người chết sơ sài không bình thường. Ba gia đình mang nỗi đau của ba cái chết phải là chủ thể trong đám tang. Nhưng trong đám tang, gia đình vô cùng mờ nhạt, không thấy nỗi đau, chỉ thấy hình thức thủ tục của một đám tang. Cả việc tặng huân chương, thăng quân hàm đầy báng bổ pháp luật, báng bổ giá trị cao quí của những tấm huân chương cũng được làm nhanh bất thường đến kinh ngạc...

Chỉ vài chục người dân họp mặt tưởng niệm ngày đau thương 19/1, ngày 17/2, ngày 14/3... lập tức có hàng trăm công an chìm nổi khống chế dân, giải tán cuộc họp mặt chính đáng của dân và hàng chục mật vụ cầm máy quay Video dí sát vào mặt từng người dân ghi hình. Trong trận đánh lớn vào Đồng Tâm của hàng ngàn cảnh sát cơ động phải có hàng trăm ống kính Video nghiệp vụ của công an có mặt ở mọi chỗ, với máy ghi hình cao cấp, ghi được hình trong mọi điều kiện ánh sáng, nhất là những điểm có xung đột, là đỉnh điểm bùng nổ như nhà cụ Kình.

Sở chỉ huy trận đánh rất cần hình ảnh, bằng chứng xác thực về cái chết của ba công an để biện minh cho trận tấn công vào dân tàn bạo của công an. Có tới ba cái chết quí giá đó thì đội ngũ ghi hình đông đảo của công an phải xô đến bấm máy ở mọi góc độ. Nhưng các tướng công an ở sở chỉ huy trận đánh đưa thông tin về ba cái chết mà không có nổi một tấm hình đủ sức thuyết phục, đủ sức chứng minh xác thực về cái chết của công an ở Đồng Tâm rạng sáng 9/1/2020. Có cái chết thực thì nơi ba công an ngã xuống không thể tùy tiện di chuyển hết nơi này đến nơi khác. Cái chết đau lòng có thực đó phải được ghi lại bằng nhiều tấm ảnh xúc động và đầy sức thuyết phục chứ không mơ hồ và giả tạo như hai ba tấm ảnh nghèo nàn do dư luận viên tung lên mạng.

Hai. Cái chết của ba công an chỉ là tai nạn xảy ra ngoài kịch bản... Kéo đại quân bất ngờ đánh vào một làng quê nhỏ bé, quyền chủ động hoàn toàn thuộc về công an khai chiến. Trong trận đánh, người dân bị khống chế, giam trong nhà, người dân chỉ tự vệ cũng bất lực. Công an hoàn toàn làm chủ tình thế, làm chủ diễn biến trận đánh mà có tới ba sĩ quan công an cấp tá, cấp úy nối nhau lao xuống "hố kỹ thuật" chết thì kỹ năng, nghiệp vụ của những sĩ quan công an đó quá tồi dẫn đến cái chết quá lãng nhách, không đáng.

Nhưng nhà nước công an trị cần biện minh cho chiến dịch bất minh, bất chính, tàn bạo đánh vào dân Đồng Tâm nên phải vội vã tôn vinh cái chết của ba con người công cụ cầm súng bắn vào dân trở thành "xả thân bảo vệ đất nước, bảo bệ tổ quốc".

III. Đến đám tang của cụ Lê Đình Kình

Đảng Cộng Sản Việt Nam sợ cụ Kình với nhóm Đồng Thuận Chống Tham Nhũng, nên đã phải sử dụng cả trung đoàn cảnh sát để giết cụ, nhưng khi cụ Kình chết rồi, đảng vẫn sợ hình ảnh đám tang lọt ra ngoài, nên cảnh sát đã bao vây, ngăn người từ xa đến đưa đám và trong đám tang công an đã ngăn cấm điện thoại, chụp ảnh. Vì thế chúng ta không có được một bức ảnh của đám tang, chỉ biết qua lời kể lại của những người đi đưa đám. Cũng trong bài Trò Chuyện Với Anh Trịnh Bá Phương của Tuấn Khanh, anh Phương cho biết: "Ở tang lễ cụ Lê Đình Kình, dự đoán là sẽ rất đông người đến dự, nên mọi người đã chuẩn bị khoảng 3000 khăn tang cho ai đến muốn để tang cụ Kình. Thế nhưng vẫn không đủ. Tổng kết vào cuối ngày thì có thể đến 4000- 5000 người đã tới để đưa cụ Kình về nơi an nghỉ cuối cùng. Tiền phúng điếu và hoa quả, hương đều không gặp chuyện gì cả. Rất nhiều người đã ghi ngoài phong bì phúng điếu là xin Chia Buồn Cùng Gia Đình, Tiễn Biệt Lão Anh Hùng, Vĩnh Biệt Người Đã Đứng Lên Chống Giặc Nội Xâm... Nhưng mới tối hôm qua (1/22), trên truyền hình VTV đưa tin, thì nói rằng nhân phúng điếu, đã có những sự kích động chống lại chính quyền, vì có những bao thư phúng điếu, khách ghi rằng: "Chia Buồn Vì Cụ Bị Sát Hại", "Mong Sự Việc Này Sớm Được Làm Sáng Tỏ". Truyền thông nhà nước và công an nói đó là ngôn ngữ khủng bố! Xin hãy nhìn vào đó mà suy, thì thấy rõ nhà cầm quyền không còn đạo đức, lương tâm và cả luật pháp. Họ dựng chuyện như vậy, vì giết cụ Kình đã gặp phải sự phản ứng dữ dội của trong và ngoài nước, nên phải làm lớn chuyện để che đạy tội ác, rồi khóa tài khoản để quy chụp khủng bố, nhằm lừa bịp mọi người.

Trong bài: "Đám Tang Cụ Lê Đình Kình: Lời Kể Từ Chiếc Điện Thoại (cục gạch)". Đàn Chim Việt (13/1/20) đã viết: "Các nhà hoạt động xã hội hay facebookers có chút tiếng tăm đều bị canh giữ ngặt nghèo từ mấy ngày nay, khiến cho không ai có thể vượt qua sự canh gác để tới dự đám tang cụ Lê Đình Kình.

Cụ được chôn cất sáng nay, trong lúc các con và các cháu của cụ đều đang bị giam giữ. Hai người được tạm tha để làm tang là bà Kình và cô con dâu.

Đám tang của cụ bị cảnh sát cơ động, cũng như đặc nhiệm chìm nổi bao vây kín. Sóng Internet bị phá, điện thoại cầm tay đều không được phép sử dụng, không được quay phim, chụp hình. Chỉ giơ điện thoại lên là ngay lập tức cảnh sát sáp tới. Dưới đây là thông tin từ một người tham dự, một nguồn tin cậy, mô tả ra ngoài qua chiếc điện thoại cùi bắp, được ghi lại bởi Facebooker Hoàng Hà:

"Đau thương lắm, trong đám tang mọi người chỉ biết khóc nghẹn ngào..., đám tang cụ Kình đông lắm, dài lắm, cả đời chưa thấy đám tang nào đông như thế, dân xã Đồng Tâm và các xã bên cạnh Thượng Lâm, Phúc Lâm, cả bà con bên Chương Mỹ giáp Mỹ Đức cũng sang... bà con đưa tang đều đội khăn trắng, chỉ những người đến sau hết khăn mới không có thôi.

Có cụ già đội khăn trắng bên Thượng Lâm, lưng còng, bước đi quềnh quàng, vừa đi vừa khóc, thương lắm".

Đám tang của cụ Lê Đình Kình thì thế, còn đám tang của 3 chiến sĩ công an thì trong bài "Cán bộ đóng vai (người thôn Hoành) viếng 3 công an trong vụ Đồng Tâm", một FB đã ghi lại:

"Các báo nhà nước Việt Nam sáng 16 tháng giêng, 2020, đồng loạt tường thuật lễ tang, lễ truy điệu 3 công an trong vụ tấn công Đồng Tâm (9/1). Sự chú ý của công luận đổ dồn vào một nhóm người khoảng hơn chục, được báo đảng ghi chú là người dân thôn Hoành. Trong ảnh hầu hết đám người này mặc áo xanh đồng phục của đoàn TNCS hoặc quần xanh đồng phục của công an.

Ông Trịnh Bá Tư, dân oan Dương Nội đăng lại ảnh "người dân thôn Hoành" và viết trên trang cá nhân: "Thực tế trong cái nhóm người này có 4 cán bộ xã Thượng Lâm, một xã giáp ranh với Đồng Tâm. Đây là tên, chức vụ của 4 tên hình nhân giả dạng người dân thôn Hoành:

- Nguyễn Văn Bình, mặc áo vàng là Chủ Tịch Hội Cựu Chiến Binh.

- Trịnh Xuân Hiến là Trưởng Công An Xã.

- Nguyễn Mạnh Hướng là Phó Công An Xã.

-Trịnh Văn Tân là Bí Thư Đoàn Xã.

Đây là tin người dân Đồng Tâm gửi cho chúng tôi".

IV. Phản ứng trước đòn thù của đảng

Sau khi chiếm miền Bắc năm 1954, đảng Cộng Sản thực hiện cải cách ruộng đất, gọi là cuộc cách mạng long trời lở đất. Trong đó có nhiều mục đích, nhưng mục đích cuối cùng là để kích thích tinh thần đấu tranh giai cấp và dấy lên sự sợ hãi, khiếp đảm trong tâm trí người nông dân.

Sự khủng bố bắt người này, bắn người kia với những phiên tòa được định sẵn. Phần lớn là tử hình với nhiều kiểu hành quyết như bắn tại chỗ (huyệt được đào sẵn trước bãi tòa án), tội nhân bị trói nhốt vào giỏ như lợn, rồi đem ra sông hoặc ao đầm dìm cho chết, hoặc trói trên một ổ kiến cho kiến đốt chết, hoặc chôn sống... như cha mẹ vợ của nhà thơ Hữu Loan, tác giả bài thơ Màu Tím Hoa Sim, đã bị chôn sống để thò đầu lên khỏi mặt đất, rồi cho trâu bừa đi bừa lại nhiều lần cho tới chết.

Chính sách khủng bố dã man này đã tạo nên một bầu khí đe dọa toàn làng xã như Tô Hoài mô tả trong tác phẩm Ba Người Khác (2009):

"Đường làng vắng hẳn, người nào bần cùng lắm mới ra đường, đi len lét, không ai dám đến nhà ai. Gặp anh Đội (Đội cải cách) người già lùi vào bờ rào, ngoảnh mặt ra cúi đầu chắp tay vái". Rồi Đảng sáng tác câu: Ơn Bác, Ơn Đảng, Ơn Nhà Nước. Và từ đó, câu này trở thành câu Nhật Tụng của nông dân Việt Nam cho đến năm 1975. Chính sách tàn bạo bắt dân giết nhau hơn súc vật như thế mà cả miền Bắc, duy nhất chỉ có một người dám lên tiếng phê phán đảng là luật sư Nguyễn Mạnh Tường, thì chúng ta thấy chính sách khủng bố của Đảng đã có tác dụng ghê gớm như thế nào.

Chúng tôi nhắc lại sự việc này để nhận định là chính sách khủng bố của đảng đối với cụ Lê Đình Kình và nhóm Đồng Thuận không còn mấy tác dụng, vì ngày nay đảng đã vỡ, đã đi ăn xin tứ xứ tư bản, không còn thần thánh như ở miền Bắc trước năm 1975. Bây giờ dân khinh thường quan chức, cán bộ của đảng và đã cào bằng họ là bọn ăn không trừ một cái gì của dân. Vì thế sự khủng bố dã man của đảng lập tức đã bị trí thức và dân lên án với những lời không còn lời gì có thể nói hơn. Đó là sự tận cùng của ngôn ngữ của dân lên án về sự khốn kiếp của đảng có tên là đảng Cộng Sản Việt Nam.

Vì là cả một biển lời phẫn nộ lên án về sự khốn kiếp của những tên lãnh đạo đảng đảng Cộng Sản, nên chúng tôi chỉ ghi lại một số lời tiêu biểu:

1. Học giả Hà Sĩ Phu đã lên tiếng bằng 4 câu đối. Ở đây chúng tôi chọn câu số 3:

"Mấy câu đối dâng tiễn người áo vải Lê Đình Kình:

- Đem đại binh chống một ông già, lo sợ quá bởi lòng không đại nghĩa.

- Dựng tiểu tiết như bày con nít, mưu mô thừa vì chí chẳng công minh".

2. Lời mào đầu của trang mạng Bauxite Việt Nam cho bài "Những câu hỏi cho Trung Tướng Quang – Lưu Trọng Văn – BVN 15/1/20.

"Cái chết đau thương của cụ Lê Đình Kình khiến những ai có trái tim đều phải nghẹn lời. Nhưng những câu trả lời lấp liếm hết thay đổi lại xê dịch đến ba bốn lần mà vẫn cứ ngập ngọng của các ngài quan chức an ninh từ bấy đến nay về "trận đánh đẹp ở Đồng Tâm" mà Bộ Công An trực tiếp chỉ huy vào 4 giờ sáng ngày 9/1/2020, lại khiến những ai có chút đầu óc đều phải bật cười không thành tiếng.

Thật không oan nếu nói bộ hạ của ông Tô Lâm đã ăn cướp và giết người không xuôi. Trong trường hợp này có lẽ các ông nên đi học thêm pháp thuật ở vùng đất Ba Tư nổi tiếng có nhiều vị thần ngày xưa để trở về chỉ cần hô "biến" một tiếng là mảnh đất Đồng Sênh nằm gọn trong tay các ông, khỏi phải giở đến những ngón mà người Việt trước nay chỉ thấy ở những phường hạ đẳng và đã định danh các ngón đó thì không thể nói gì hơn là hai tiếng Bẩn Thỉu và Man Rợ. Muốn nói gì lương tâm cũng không cho phép mình nói khác, thưa các ông".

3. FB Trịnh Bá Tư:

"Nhà cụ Kình bị phá tan hoang để cướp đi các tài liệu chứng minh 59 ha đất Đồng Sênh là đất nông nghiệp của nhân dân Đồng Tâm. Chúng giết cụ Kình ở phòng ngủ, vậy mà chúng vu khống cụ chết khi cụ gây rối ở Đồng Sênh cách nhà cụ 3 km. Giết hại một dân thường 84 tuổi, lại là một đảng viên cộng sản lão thành ngay trong phòng ngủ rồi vu khống nạn nhân là khủng bố, là chống đối, là giết người. Bỉ ổi, hèn hạ nào hơn?"

4. Nhà văn Nguyễn Quang Lập:

"Đốt lò để lấy lại niềm tin của dân, rồi lấy nước mắt hờn căm của dân dội cho tắt cái lò đáng nể ấy. Lú hay minh?"

5. Thư của các cựu đảng viên lão thành ở Sài Gòn: Huỳnh Tấn Mẫm, Huỳnh Kim Báu, Lê Công Giàu và Tương lai:

"Năm hết tết đến, theo truyền thống đạo lý cổ truyền của dân tộc, chỉ nói chuyện vui, chúc điều tốt lành. Nhưng chúng tôi không thể làm vậy, vì giáp tết cổ truyền, máu của cụ lão nông Lê Đình Kình, 84 tuổi đời, 58 tuổi đảng đã chảy dưới họng súng oan nghiệt, bắn vỡ đầu gối, vỡ tim, vỡ óc, rồi bị đem đi rạch bụng mới trả xác về cho vợ con khâm liệm và đem đi chôn như những gì đã bày ra rõ ràng trước mắt mọi người. Dân thôn Hoành, xã Đồng Tâm đã chít khăn tang đưa cụ lão nông từng được họ kính trọng và tôn quý về nơi an nghỉ cuối cùng. Những hình ảnh ấy đang được phơi ra trước mắt nhân dân trong nước và công luận trên thế giới qua rất nhiều hãng truyền thông lớn của nước ngoài, đã làm chấn động nhân tâm.

Một hành động dã man ngoài sức tưởng tượng diễn ra lúc 4 giờ sáng, khi cụ lão nông ấy đang nằm trên giường, để rồi ông Chủ Tịch Nước Nguyễn Phú Trọng lập tức ký sắc lệnh trao huân chương chiến công hạng nhất cho những người cầm súng bắn vào dân. Đạo lý nào dẫn dắt cho một hành động trời không dung, đất không tha như vậy thưa ông Chủ Tịch Nước, bà Chủ Tịch Quốc Hội, ông Thủ Tướng Chính Phủ?"

6. FB Trần Đình Thu:

"Sau khi cụ Kình bị giết, nhân dân góp tiền phúng điếu đám tang, được hơn nửa tỷ đồng, gửi về tài khoản của chị Nguyễn Thúy Hạnh, đã bị Bộ Công An phong tỏa tài khoản với lý do "Tài trợ khủng bố". Tiền phúng điếu mà xếp vào tài trợ khủng bố, các ông đã đạt đến tận cùng của sự man di, mọi rợ".

7. Bản tin Người Việt: Người dân quyên góp hơn $32.000 giúp các nạn nhân Đồng Tâm:

"Chỉ 2 ngày sau khi có lời kêu gọi từ "Nhóm Hành Động Vì Dồng Tâm", người Việt khắp nơi đã đóng góp hơn $32.000 giúp các nạn nhân bị CSVN đàn áp tại xã Đồng Tâm.

Lời kêu gọi của Nhóm Hành Động Vì Đồng Tâm đưa ra sau khi bà Nguyễn Thúy Hạnh loan báo tài khoản của bà tại ngân hàng Vietcombank bị phong tỏa ngày 17/1/2020 theo lệnh của công an CSVN với số tiền hơn 528 triệu đồng (khoảng

$22.800) mà bà đứng ra nhận tiền phúng điếu, yểm trợ dân Đồng Tâm, rồi chuyển lại cho gia đình nạn nhân. Bộ Công An CSVN đã xác nhận phong tỏa tài khoản của bà Thúy Hạnh, lấy cớ số tiền có dấu hiệu "Tài Trợ Khủng Bố".

Nhóm Hành Động Vì Đồng Tâm gồm 5 phụ nữ quen thuộc với phong trào đấu tranh dân chủ tại Việt Nam gồm Phạm Đoan Trang, Đặng Bích Phượng, Nguyễn Thị Ngọc Anh, Trần Quỳnh Vi và Phạm Thanh Nghiên, đứng ra lập tài khoản trên trang gây quỹ trên mạng GoFundMe, từ ngày 18/1/20, và còn tiếp tục nhận đóng góp trực tiếp.

Lời kêu gọi đóng góp trên trang gây quỹ GoFundMe thúc dục "Hãy chung tay giúp đỡ gia đình cụ Lê Đình Kình và bà con Đồng Tâm để chính quyền công an trị hiểu rằng họ không thể mãi dối trời lừa dân, ngậm máu phun người. Công lý phải được thực thi và nhân quyền phải được bảo vệ trên mảnh đất Việt Nam này".

Trong vụ Đồng Tấm, việc cộng đồng mạng hưởng ứng lời kêu gọi của một nhóm nhỏ nhà hoạt động cũng cho thấy lòng dân đang hướng về những thân phận bị trấn áp ở Đồng Tâm và không còn ai tin vào những luận điệu mà truyền hình quốc gia cũng như các báo nhà nước đang "định hướng dư luận". Hành động góp tiền cho dân Đồng Tâm cũng được ghi nhận tương phản với hình ảnh nhà cầm quyền bố trí hàng trăm công an đóng giả người dân đứng dọc hai bên đường tiễn đưa linh cữu ba công an "hy sinh vì té giếng" trong vụ tấn công.

Sau khi khoản tiền bị Bộ Công An CSVN ra lệnh cho ngân hàng Vietcombank phong toả với cáo buộc "tài trợ khủng bố", cộng đồng mạng lập tức lại đóng góp vào quỹ "Giúp Dân Đồng Tâm" trên trang GoFundMe, tính đến sáng 23 tháng giêng đã nhận được $38.161, gần như cứ 10 phút, số tiền người Việt khắp nơi gửi về qua quỹ này lại tăng thêm khoảng $100.

GoFundMe được cho là nền tảng gây qũy nằm ngoài tầm kiểm soát của nhà cầm quyền CSVN, dù họ đã chặn truy cập trang này từ Việt Nam.

Blogger, nhà báo tự do Phạm Đoan Trang, một trong những người gây quỹ nêu lên, lý giải trên trang cá nhân: "Tôi nghĩ mình không cần nói nhiều về chuyện thấy gì qua số tiền ủng hộ gửi về lớn đến thế trong khoảng thời gian ngắn như thế, vì đây là câu trả lời quá xác đáng cho câu hỏi: Lòng Dân Ở Đâu?, có tuân theo chỉ đạo định hướng của đảng và nhà nước không?

Giáo sư, tiến sĩ Mạc Văn Trang nhận định trên trang facebook của ông rằng khoản tiền đóng góp của cộng đồng cho thấy bộ máy tuyên truyền dùng hết công xuất cũng không thể lừa dối, đe dọa được hết mọi người dân và lòng thương xót, cảm thông về Đồng Tâm".

8. Trong bài "Tết ở Đồng Tâm, ngày tháng này - Tuấn Khanh:

Qua cuộc nói chuyện vào ngày giáp tết với anh Trịnh Bá Phương, người trực tiếp truyền tải những sự kiện về Đồng Tâm, Tuấn Khanh đã ghi lại:

"Báo chí nhà nước nói Đồng Tâm bình yên, người dân vui mừng ... thì chỉ là tuyên truyền. Giờ này, Đồng Tâm vẫn dày đặc an ninh, mật vụ dòm ngó và hành động với bất cứ ai bên ngoài bước vào đó để tìm hiểu.

Còn cái chết của ba nhân viên, chính quyền đổ cho người dân giết. Nhưng cả trong ngôn luận độc quyền của nhà nước cũng bất nhất. Vì vậy, người dân Đồng Tâm và dư luận nói chung đang rất cần một phái đoàn điều tra độc lập để trả lại sự thật cho sự thảm sát này.

Công an làm việc luôn có quay phim. Cuộc tấn công vào làng Đồng Tâm chắc chắn có flycam với máy quay hồng ngoại tuyến để ghi lại sự kiện, tìm người, tìm chứng cứ để rêu rao rằng dân Đồng Tâm đã đối đầu như thế nào, để lợi dụng tuyên truyền sề sau. Thế nhưng cho đến giờ này, họ vẫn không tìm ra được một dấu hiệu hay bất cứ hình ảnh nào cho thấy người dân phản kháng để tuyên truyền chống lại cụ Kình và người dân Đồng Tâm.

Mỗi ngày người dân lại càng chứng kiến rõ thêm tội ác của họ đối với cụ Kình, với người dân Đồng Tâm. Mọi thứ đang phơi bày sự dối trá của họ ở mọi chiều hướng, họ đang hốt hoảng và chủ động đe dọa, canh giữ nhiều người lên tiếng, đặc biệt nhấn mạnh sẽ bắt Trịnh Bá Phương.

Vì tôi (Trịnh Bá Phương) nghe tiếng khóc của những bà mẹ, những đứa trẻ, chứng kiến những cảnh tang thương. Tôi thấy mình không thể im lặng dù biết phía trước rất hiểm nguy. Tôi chấp nhận tất cả những gì xảy đến với mình, chỉ mong đưa mọi thứ ra ánh sáng công lý, trước toàn thể dân Việt Nam, trả lại công bằng và sự thật cho những người dân Đồng Tâm đang chịu oan ức". (ethongluan.org/1/23/2020).

9. FB Nguyễn Tiến Trung 9/1/2020:

"Facebook của Dương Đức Hoàng Quân, sinh năm 1992. Quân chết trong sự kiện nhà cầm quyền tấn công vào xã Đồng Tâm. Tôi bùi ngùi cho em và cho bao nhiêu thanh niên Việt Nam khác. Tại sao đến giờ này người Việt vẫn phải giết nhau để thỏa mãn lòng tham của một thiểu số cai trị?

Status cuối cùng của Quân đề ngày 11/6/2018 *"Chiến tranh bảo vệ tổ quốc không đáng sợ. Nhưng đáng sợ là máu đổ chính vì người dân mình"*.

Có lẽ ngay từ năm 2018 Quân đã nhận ra được sự dối trá của nhà cầm quyền khi em thấy rằng máu em sẽ đổ vì chính người dân mình. Có lẽ em đã thấy lạ lùng khi em đi lính, nhưng suốt ngày nghe chính uỷ, chính trị viên dặn dò phải sẵn sàng bắn dân theo lệnh của những nhà cai trị cộng sản. Chính câu nói cuối cùng này làm tôi thấy cảm thương cho em và cho cả dân tộc này vô hạn. Thế hệ thanh niên sinh ra ở miền Bắc trước kia cũng bị chế độ cộng sản tuyên truyền nhồi sọ và bắt đi lính để "giải phóng miền Nam". Máu của họ cũng đã đổ để giết những người anh em miền Nam.

Chế độ Cộng Sản đã mang nợ quá nhiều với dân tộc này. Chúng nghĩ rằng đàn áp một cách tàn bạo sẽ làm cho dân sợ".

10. Trong bài "Những ngày tết Canh Tý thật ảm đạm", Lã Minh Luận đã ghi lại những dòng tâm tư của GS Tương Lai, nguyên Phó Viện Trưởng Viện Xã Hội Học Việt Nam, viết tưởng niệm cụ Lê Đình Kình. Ở đây xin ghi lại vài đoạn:

"Đôi dòng tưởng niệm cụ Lê Đình Kình: Khí Thiêng Khi Đã Về Thần:

Oái oăn thay, phát đạn mà tôi quyết bắn thẳng vào kẻ thù thì 70 năm sau, người ta dùng để bắn vào một đảng viên với 58 tuổi Đảng, 84 tuổi đời, từng trăn trở và làm việc hết mình vì mảnh đất quê hương ở thôn Hoành, xã Đồng Tâm, huyện Mỹ Đức, thành phố Hà Nội :Trái tim của cả nước!...

Ấy vậy rồi cái huân chương chiến công hạng nhất người ta vội vã truy tặng cho người vừa cầm súng bắn vào dân Thôn Hoành, bắn vào cụ Kình nát óc, vỡ tim mà tôi e rằng cũng gần với Huân Chương Độc Lập anh tôi từng được truy tặng, nay đang đặt trên bàn thờ. Trong nỗi đau thầm kín, tôi không thể không chua xót mà nghĩ rằng, tấm huân chương cao quý ghi nhận sự hy sinh cao cả cho lí tưởng cao đẹp của anh em chúng tôi vừa bị vấy bẩn. Đã bị vấy bẩn thì phải chăng không nên giữ nữa?

Nghĩ về hai tấm huân chương đã được trao, huân chương chiến công hạng nhất hôm nay và tấm huân chương lao động hạng nhất nằm yên trong gậm tủ của tôi, thì nay có lẽ nên đốt đi. Phải vùi quên cái biểu tượng đã bị ô uế bởi những "chiến công" của những phát súng bắn vào tim lão nông Lê Đình Kình! Trong mênh mông suy ngẫm, tôi sẽ có lỗi với cụ lão nông ấy, người "đồng tuế" với mình, nếu vẫn giữ lại tấm huân chương!

Tôi không sao dứt ra được mối liên tưởng về những cái gọi là huân chương về "chiến công" đã vấy máu bởi những toan tính bẩn thỉu vô lương mà người ta truy tặng cho những người xấu số. Ngồi cạnh tôi, bằng sự trải nghiệm của một người từng cầm súng xông pha chiến trận, thiếu tướng Lê Mã Lương rành rọt phân tích những lập luận ngớ ngẩn và dại dột của một quan chức về "sự hy sinh" và "chiến công" của những người vừa được ngài Chủ Tịch Nước truy tặng huân chương. Chiến công ư? tổ quốc ghi công ư? Công gì? Chưa lúc nào ngôn từ bị tàn phá dữ dội đến như thế...

Vậy là, đâu phải chỉ ô uế những tấm huân chương! Ô uế tiếng Việt mà còn là ô uế một lý tưởng cao cả, một sự nghiệp thiêng liêng mà bao người lầm tưởng... Làm sao tẩy sạch sự ô uế ấy. Lịch sử sẽ chép rất rành mạch, rõ ràng những chuyện cần gióng tiếng chuông đáng báo động ấy... Khí phách của lão nông Lê Đình Kình dày dạn tuổi đời, tuổi Đảng cũng từng lưu chảy trong huyết quản dòng máu Việt. Người ta đã quyết bắn vào khí phách ấy. Quay quắt hơn, xảo trá hơn, người ta đã hối hả truy tặng huân chương chiến công hạng nhất cho những người đã chết oan khi tự biến mình thành công cụ bạo lực để lót đường cho ai đó trong những toan tính bẩn thỉu và xoa dịu nỗi đau đầy oan khuất của thân nhân họ...

Cụ Kình - biểu tượng chói sáng của người nông dân từng đặt trên vai mình gánh nặng nhất trong sự nghiệp dựng nước và giữ nước... Tiếc thương cụ nhưng chẳng nhẽ ngồi yên trước cái ác đang lộng hành. Lại một lần nữa, tôi nhớ đến câu thơ của Nazim Hikmet:

"Nếu tôi không cháy lên
Nếu anh không cháy lên,
Thì làm sao
Bóng tối
Có thể trở thành
Ánh sáng"

Tôi nghĩ rằng, cái chết của cụ Lê Đình Kình đã cháy lên ngọn lửa làm cho bóng tối trở thành ánh sáng". (ethongluan.org/1/27/2020)

11. Trong bài Cái Ác Còn Ngự Trị, nhà văn Phạm Đình Trọng đã viết:

"Năm ngàn dân lành ở Huế bị những người cộng sản xử bắn rồi vùi chung nấm mồ hồi Tết Mậu Thân 1968 đã là man rợ. Nhưng mức độ man rợ của sự kiện Đông Tâm tháng Tết Canh Tý còn khủng khiếp hơn. Trong đêm, giữa thời yên hàn, ba ngàn cảnh sát vũ trang rải quân vây kín nhà những người dân đang làm ăn lương thiện, chưa hề bị truy tố hình sự, chưa bị tòa án tuyên có tội. Không có lệnh khám nhà, bắt người, không cần có bản án tử hình, không cần pháp trường, trong đêm phá cửa , xông vào tận giường ngủ, dí súng sát tim, sát não cụ già 84 tuổi, nã đạn. Ba mươi người dân tay không bị đánh đến thương tích nặng rồi bị bắt đi mất tích đã hơn hai tuần không biết sống chết ra sao. Giết và bắt người rồi vơ vét của cải tiền bạc trong nhà dân mang đi. Mang xác cụ già đã bị bắn vỡ tim, nát óc đi phanh thây, rạch bụng cụ ra rồi mới trả xác về cho con cháu. Trong lịch sử loài người viết bằng máu chưa có sự kiện nào man rợ đến như vậy". (Bauxite Việt Nam/27/1/20)

Nghĩ gì?

1. Từ sau ngày đảng Cộng Sản bỏ vô sản trở về tư sản, làm ăn với tư bản thì Người và Đất đã trở thành thảm kịch với máu và nước mắt trong trận chiến cướp đất của những ông quan tư sản chuyên chính. Trận chiến này đã diễn ra trên khắp nước với những trận chiến có tiếng lớn như Cống Rộc (Đoàn Văn Vươn), Văn Giang, Dương Nội, Thủ Thiêm, Lộc Hưng, chùa Liên Trì (Thủ Thiêm) và chùa An Cư (Sơn Trà, Đà Nẵng)... và nay là Đồng Tâm.

Bây giờ chẳng còn ông quan tư sản nào của đảng Cộng Sản còn tin vào duy vật Marx, Lenin, chẳng còn cách mạng xã hội chủ nghĩa, cách mạng cộng sản, chỉ còn độc tài tham ác với bạo lợi để làm giàu. Quyền đi với lợi và cái lợi phất nhanh nhất là Đất mà đất thì quan có nhiều quyền vì được làm chủ trên thứ bất động sản được gọi là sở hữu toàn dân do nhà nước quản lý thống nhất. Vì thế quan muốn chiếm chỗ nào thì chiếm. Nếu chỗ nào dân đông cả làng chống lại thì quan đem công an, cảnh sát, quân đội tới cưỡng chế. Từ đó mà đất trở thành máu và nước mắt của dân lành trong lịch sử của đảng Cộng Sản. Thảm kịch này sẽ còn tiếp diễn không biết tới bao giờ vì các lớp quan thay nhau làm ăn, quan cũ đi thì đến phiên quan mới.

2. Cái ác của đảng đã ngự trị trên thảm kịch của người và đất. Từ đó chúng ta đã nghe được âm vang của những cái chết của dân, vì uất hận tự tử, bắn quan rồi tự sát..., nghe được âm vang của một phụ nữ thành Hồ trong khi nghe quan giải thích về việc cướp đất Thủ Thiêm đã cúi xuống tháo giày ném lên bàn chủ tọa, dùng chiếc giày trả lời cho đám quan tham ăn hại, và đến nay với thảm kịch Đồng Tâm thì cái ác đã tới chỗ cùng. Ác để dân sợ, nhưng ngày nay, cái ác của đám quan tham không còn đe dọa được ai. Càng ác thì sự phẫn nộ càng lớn và càng lan tỏa như lời của Milovan Djilas, lý

thuyết gia cộng sản Nam Tư, là **"Đảng trôi trên biển căm thù của nhân dân"**. Hình ảnh sống động ấy đã được biểu hiện rõ nét ở Việt Nam trước cái ác của Đảng trên xác cụ Lê Đình Kình với một biển phẫn nộ trên mạng của những vị trí thức, nhà văn già, trẻ và người dân lên án những ông lãnh đạo đảng mà không cần phải dấu tên.

3. Năm, bảy năm trở lại đây, đảng Cộng Sản canh chừng, lên án mấy điều gọi là tự chuyển biến, tự chuyển hóa mà theo ông cựu đại tá công an Nguyễn Đăng Quang thì đảng sợ việc làm của cụ Lê Đình Kình và nhóm Đồng Thuận, vì coi đó là thứ hoạt động tự chuyển biến, tự chuyển hóa, nên đã phải dùng đại quân tiêu diệt cụ Kình. Từ việc này chúng ta thấy một điều lạ là cả chục năm nay, nhiều quan chức lớn của đảng đã chuyển hóa, chuyển biến làm giàu với biệt điện, biệt phủ, của chìm của nổi, rồi mua nhà ở mấy nước tư bản Anh, Pháp, Úc, Canada và nhất là Mỹ cho con cái qua mấy nước này du học rồi tìm cách ở lại. (Ở California và Houston, Texas, có những khu vực của những người giàu và gia đình quan chức Cộng Sản Việt Nam). Như thế là họ sợ hệ thống xã hội họ tạo ra, nên cho gia đình đi tỵ nạn ở mấy nước tư bản. Nhưng quyết dùng cái ác để duy trì chế độ chính trị gọi là xã hội chủ nghĩa mà gia đình họ muốn xa lánh. Như vậy phải hiểu thế nào? Có thể trả lời là họ đã tự chuyển biến,

chuyển hóa và họ có quyền để làm chuyện này đối với cá nhân, và gia đình họ, nhưng tuyệt đối cấm đảng viên thường và người dân có hành động hướng về mấy thứ chuyển biến, chuyển hóa có hại cho quyền tuyệt đối của họ. Họ không có lương tri, sáng suốt mở đường cho nước cho dân đi vào thế giới dân chủ để tạo dựng một nền chính trị quân bình cho nước thịnh trị, cho dân an cư lạc nghiệp. Vì thế họ đã dìm dân và nước vào cái thứ chính trị tham ác và ích kỷ cho riêng họ. Dùng ác đến cùng để duy trì chế độ, đảng Cộng Sản đã tới chỗ cùng của lãnh đạo. Chế độ chính trị tham ác và ích kỷ ấy sẽ được trả lời bằng sức mạnh của nhân dân khi chế độ đụng phải khủng hoảng và dân hội đủ cơ hội để đứng lên theo nhau xuống đường hàng triệu người ở Hà Nội, Sài Gòn, Đà Nẵng, Cần Thơ... Đó là giải pháp cuối cùng để dân có thể hủy diệt Ác Đảng, giải phóng cho mình và cho cả đảng viên cộng sản. Đảng sống bằng cái ác thì chết cũng do cái ác.

THEO ÁNH TRĂNG TÀ

Sống là giấc mộng đêm qua
Chết là theo ánh trăng tà mà đi.

Tịnh Liên Nghiêm Xuân Hồng

Trung úy Long cho đại đội 5, sinh viên sĩ quan khóa 23, đứng lại trước dẫy nhà gần sân trại, rồi chỉ dẫy nhà sát đường nói: Các anh được chuyển tới 2 gian đầu của tòa nhà sát đường. Ở đâu cũng chỉ có chiếc ba lô, vài bộ quần áo. Vì thế chỗ ở cần gọn ghẽ, nhăn nắp. Rồi ông ra lệnh: Đại đội chú ý: Nghiêm. Giải tán.

Hơn 100 sinh viên khóa sinh ào ào bước lên thềm, vào hai gian nhà rộng với những chiếc giường sắt hai tầng. Vượng vào gian đầu, đi đến cuối phòng, chọn chiếc giường kê sát vào tường. Cả phòng ồn ào, người ta đang bốc thăm để được nằm trên hay dưới. Một người đứng cạnh Vượng, chờ bốc thăm thì Vượng nói:

- Mình không cần bốc thăm. Anh nằm dưới, tôi nằm trên cho.

Người bạn cười, đưa tay nắm bàn tay Vượng nói: Cám ơn bạn. Tôi là Trịnh Kế Phúc.

Vượng đáp: Tôi là Hoàng đình Vượng. Rồi cười nói: Vậy là chúng ta thành hoàng xóm láng giềng trong 9 tháng.

Phúc cười nói: Bạn yên tâm, hàng xóm với tôi thì sống yên ổn

Phúc ngồi xuống giường, nhìn quanh. Việc bốc thăm đã xong. Trong phòng chỉ còn những tiếng nói nhỏ. Anh cởi giày nằm xuống giường, đầu gối lên chiếc ba lô, nghĩ thầm: Phải có chiếc gối nhỏ, đôi dép nhựa, khăn mặt khăn tắm. Anh nhìn lên tầng trên mỉm cười, gặp được người bạn nét mặt hiền, mới nhìn đã có cảm tình, hy vọng thành bạn thân trong 9 tháng quân trường. Phúc chợt nghĩ lại: Mình chỉ ở Thủ Đức có 4 tháng.

Khi nghe tiếng Trung úy Long, đứng ở cửa nói: Tập họp đi ăn cơm.

Phúc ngồi dậy, xỏ chân vào đôi giày da đen.

Vượng theo mấy bậc thang bước xuống, ngồi vào giường, lóng ngóng xỏ chân vào giày.

Phúc và Vượng đứng phía sau, đi xuống nhà ăn. Khi mọi người bước lên thềm thì Phúc cầm tay Vượng kéo lui, nói: Xuống trại gia binh ăn cơm với mình.

Vượng nhìn Phúc, khựng lại một lúc, rồi theo Phúc bước đi.

Trai gia binh ở cuối sân trại. Phúc bước vào gian đầu, ngồi xuống cạnh mấy cái bàn thấp vuông như bàn trong những tiệm cà phê, lên tiếng:

- Chị cho cá chiên, thịt kho tàu và canh. Hai phần. Tôi đem khách mới đến cho chị.

Chị chủ nhà, người đầy đặn, mặt có duyên, cười: Cám ơn anh Phúc.

Khách đã ngồi hết những cái ghế. Người gọi cá, người gọi thịt kho, người gọi sào... Vượng vừa ăn, vừa nhìn khu gia binh tấp nập.

Phúc nói:

- Từ hôm nay, ông xuống đây ăn với tôi.

Vượng lắc đầu: Không được. Tôi phải ăn cơm lính, chớ không có khả năng ăn ở đây.

Phúc nói

- Tôi mời. Ăn với tôi cho có bạn.

Vượng nói:

-Vào đây, mặc bộ quần áo này là trường Bộ Binh nuôi.

Phúc cầm tay Vượng:

-Tôi có khả năng, cứ xuống đây ăn với tôi

Vượng lắc đầu:

- Cám ơn ông đã có ý đó, nhưng vào quân trường thì sống với quân trường, chớ đâu có thể sống với ông.

Từ đó, mỗi lần tập họp đi ăn cơm, Phúc lôi kéo Vượng, nhưng anh nhất định từ chối. Hết cơm đến cà phê. Tối nào, Phúc cũng kéo Vượng lên câu lạc bộ Diệm Song uống cà phê. Từ chối không được, Vượng phải đi với Phúc, nhưng rất áy náy.

Có lần Vượng nói với Phúc: Hoàn cảnh của tôi rất eo hẹp, chỉ sống bằng lương lính. Vì thế mong ông hiểu để cho tôi được tự nhiên.

Phúc cười đáp:

- Có gì mà không tự nhiên. Ăn cơm ông từ chối. Bây giờ chỉ còn cà phê. Ở đây buổi tối không xuống Diệm Song thì phải đi nằm sớm. Hoàn cảnh này cần có bạn. Cứ tự nhiên, đừng nghĩ theo ước lệ, phải có qua có lại.

Vượng đáp:

- Có qua có lại thì tự nhiên, còn không thì mất tự nhiên mà cà phê cũng hết ngon.

Phúc cười:

- Phá ước lệ đó để khỏi phải đi nằm sớm.

Sau một tháng được trường Bô Binh biến đổi từ một dân sự thành một quân nhân với mái tóc ngắn, làn da rám nắng, với bộ quân phục thẳng nếp và đôi giày bốt làm biến đổi dáng đi. Hôm nay là chủ nhật thứ năm, kể từ ngày vào quân trường, sinh viên sĩ quan được ra khu thăm viếng để đón thân nhân tới thăm. Trong phòng mọi người rộn ràng chờ được gọi tên. Thấy Vượng nằm đọc sách, Phúc đập vào tay Vượng:

- Sao không chuẩn bị mà nằm vậy?

Vượng đáp:

-Tôi ở Đà Lạt xuống đây. Làm sao có ai thăm, mà chuẩn bị.

- Dân Đà Lạt mà kín tiếng. Cả tháng không nghe ông nói đến hai chữ Đà Lạt lần nào.

Vượng cười:

-Tôi muốn làm dân Sài Gòn với ông để có người tới thăm.

-Vậy thì hôm nay đi với tôi. Chuẩn bị đi.

Vượng lắc đầu:

- Nói đùa thế thôi, chớ đi với ông sao được.

Phúc nói nhỏ: Đi với tôi để tôi giới thiệu với người đẹp, cho ông thấy người Sài Gòn, rồi đi vào. Dậy mặc quần áo, chuẩn bị cho rộn ràng như mọi người.

Muốn nhìn thấy người tình của Phúc, nên Vượng đi xuống mặc quần áo, đi giày, rồi ngồi chờ với Phúc.

Chừng nửa giờ sau, sinh viên trực vào gọi:

- Trịnh Kế Phúc, có người thân.

Phúc trả lời: Có tôi, rồi cười, kéo Vượng ra khỏi phòng. Hai người tới giữa khu thăm viếng thì có một cô mặc váy xanh nhạt, áo sơ mi hồng bước nhanh từ nhà khách ra.

Phúc giơ tay nắm tay cô gái, chỉ Vượng:

- Anh Vượng, bạn cùng đại đội. Rồi chỉ cô gái: Bích Huyền, người Sài Gòn.

- Rất vui và hân hạnh được gặp người Sài Gòn.

Thôi, giờ tôi đi vô. Anh chị vui vẻ, thì giờ không có bao nhiêu – Vượng lên tiếng, rồi vừa nắm tay Phúc, vừa cúi chào Bích Huyền, quay gót.

*

* *

Buổi tối đó, bên ly cà phê, Vượng hỏi:

- Làm sao gặp được một cô tuyệt vời như vậy?

Phúc cười đáp:

- Cũng từ đám cưới. Ngồi cùng bàn, có duyên nợ thì gặp là kết ngay. Nàng là con ông trung tá, ở trong cư xá sĩ quan Chí Hòa, đang học năm cuối Trưng Vương.

Vượng nói:

- Thật tuyệt. Chưa nói chuyện, nhưng tôi biết nàng sắc sảo. Hai người thật đẹp đôi. Ông đã tới nhà nàng trình diện chưa?

Phúc đáp:

- Đã tới nhiều lần. Cả ăn cơm nữa. Ông bà trung tá cũng quí chàng rể. Bà rất đẹp, nên con cũng như mẹ. Nàng còn cô em, có khi còn hơn chị. Có muốn tôi bắc cầu không?

Vượng nói:

- Tôi sợ mình không có duyên nợ với người đẹp, vì đã đi ăn cưới 5, 7 lần mà có kết được cô nào đâu.

Phúc hỏi:

- Sao lại không có duyên nợ với người đẹp?

Vượng đáp:

- Tôi biết vì tôi sợ người đẹp. Như nàng của ông thì tôi phải tránh xa.

Phúc nói:

- Chuyện lạ. Tôi không hiểu. Có thể nói rõ thêm.

Vượng nói:

- Chuyện đơn giản là tôi sợ họ. Tránh xa những người đẹp thì đời sống yên ổn hơn.

Phúc cười nói:

- Trai gái tìm nhau là chuyện đẹp và rộn ràng ở đời. Ông sợ chuyện đó thì nên cạo đầu vào chùa làm sư thì ổn hơn.

*

*   *

Từ cầu thang bước ra sân thượng nhà hàng Đại Hạ Tửu Gia, Vượng có cảm tưởng là mình đi vào một vườn hoa. Khắp nơi là những chậu cây cảnh và hoa. Đại Hạ Tửu Gia có cái sân thượng để người ta tổ chức tiệc cưới. Bao nhiêu năm ở Sài Gòn, đi cả chục đám cưới, nhưng hôm nay Vượng mới tới khu Chợ Lớn, mới biết Đại Hạ Tửu Gia. Gia đình Phúc tổ chức tiệc cưới ở đây thì đúng rồi, chớ đâu có làm nhỏ ở mấy nhà hàng Việt Nam.

Vượng còn đang đứng nhìn con đường Đồng Khánh chạy dài nối vào đường Trần Hưng Đạo thì một cô gái đến mời Vượng tới cái bàn gần đó.

- Cám ơn cô.

Cô gái cười, rồi bước tới những người khách mới tới.

Vượng ngồi nhìn về phía chiếc bàn dài kê nối nhau là chỗ của gia đình hai họ. Phúc, cô dâu và cô em ngồi ở phía trong quay ra sân. Chỉ chừng 10 phút sau, bàn của Vượng đã đầy khách là những bạn cùng đại đội. Phúc tới bàn Vượng nói:

- Cám ơn mấy bạn – rồi lấy bao thuốc 3 số 5 mời mọi người.

Bạn tên Phương nói:

- Mừng Phúc. Sao tìm được một nàng như tranh vẽ vậy?

Phúc cười:

- Cám ơn bạn. Người như tranh thì đâu là thực đâu là ảo?

Phương nói:

- Thực hay ảo chỉ có bạn biết thôi. Còn chúng tôi thì cám ơn Phúc đã cho nhìn thấy một bức tranh mỹ nữ.

Một bạn tên Hòa lên tiếng:

- Đúng là tranh mỹ nữ. Cám ơn Phương đã nói thay cho mọi người.

Phúc vừa bước đi vừa nói: Ở đây thêm một lúc thì cô dâu sẽ biến mất.

Sân thượng đã lên đèn. Khách đã đầy các bàn và nhà hàng đã bắt đầu bưng đồ ăn ra.

Vượng nhìn về phía bàn hai họ. Chú ý quan sát cô em ngồi cạnh cô dâu. Cô dâu thùy mị, còn cô em sắc sảo. Nhan sắc đó thì không ở nhà với cha mẹ được lâu. Chỉ một năm nữa sẽ có người đến rước đi mất.

*

* *

Trong mấy tháng đầu ở quân trường Thủ Đức, Phúc thường nói với Vượng là chỉ ở với Vượng 4 tháng. Phúc nói xa gần là sẽ đi về chuyên môn, loại lính súng ngắn. Có lần Phúc nói rõ là gia đình đang chạy tướng Loan, Tổng Giám Đốc Cảnh Sát Quốc Gia, để cho Phúc đi về ngành an ninh. Nhưng giai đoạn I, 4 tháng đi qua, rồi tới giai đoạn II, Phúc vẫn ở lại Thủ Đức. Cuối cùng, ngày mãn khóa, lên chọn đơn vị. Vượng chọn Tiểu Khu Thừa Thiên - Phúc hỏi tại sao lại đi xa vậy- Vượng đáp: Mấy tiểu khu Tuyên Đức, Lâm Đồng, Ninh Thuận, Khánh Hòa không còn thì đi xa luôn để biết sông Hương, núi Ngự và gái Huế. Phúc theo Vượng ra vùng I, nhưng lại chọn sư đoàn 1. Phúc nói với Vượng là đi súng ngắn không được thì chọn đại bác.

Vượng có nhà ông cậu ở Bến Ngự nên ghi cho Phúc địa chỉ. Vì thế, khi ra Huế, Phúc đi tìm Vượng và hai người đã lang thang trên mấy con đường Trần Hưng Đạo, Phan Bội Châu và Lê Lợi để nhìn những cánh áo dài trắng đạp xe trên mấy con đường này. Chiều nay, họ đang nhậu với nhau ở quán cơm Âm Phủ để ngày mai đi trình diện đơn vị. Vượng ra đại đội đang trấn đóng ở căn cứ Ba Lăng, phía nam phá Tam Giang. Còn Phúc trình diện trung đoàn 3, ở La Vang, Quảng Trị. Hai người đã ngồi trên 1 tiếng ở quán Âm Phủ. Dưới chân bàn đã ngổn ngang chục chai bia.

Vượng nói:

- Ngồi nhậu ở đây thật thú vị. Đằng sau là làng,

đằng trước là sân vận động không một bóng người. Đồ ăn thứ nào cũng ngon, nhưng đặc biệt là món thịt nướng. Ở Thủ Đức mỗi lần uống với ông, tôi chỉ uống được một chai là tối đa. Còn ở đây chắc nhờ món thịt nướng và khung cảnh nên bao nhiêu chai cũng cạn.

Phúc nói:

- Khung cảnh thú vị, nhưng tối không dám ngồi đây. Hẻo lánh mà vắng vẻ quá. Chúng ở trong làng ra làm thịt mình dễ như trở bàn tay.

Vượng nói:

- Vậy thì về thôi, tối rồi. Sau hôm nay thì khi nào mới gặp được nhau. Người ở Quảng Trị, người ở căn cứ. Thật khó có dịp cùng nhau ngồi ở quán này.

Phúc nói:

- Viết thư hẹn nhau – vừa nói vừa đứng dậy tới quầy trả tiền.

Hai người trèo lên chiếc xích lô – Phúc nói: Bác xe cho về Hương Bình.

Tới gần đầu cầu Trường Tiền, Vượng bảo: Dừng lại đây bác xe. Vượng bước xuống, cầm tay Phúc: Đi bình yên... Ông cũng vậy: Phúc nói theo. Vượng đứng nhìn theo xe đi vào cầu, rồi lững thững đi bộ theo đường Lê Lợi về Bến Ngự.

*

*   *

Vượng đã ra căn cứ Ba Lăng được hơn 2 tháng. Ngày hôm qua, thiếu úy Lân, đại đội trưởng gọi Vượng vào văn phòng bảo: Nhân có hải thuyền chở đồ tiếp tế, anh về Huế chơi một tuần cho đỡ cuồng chân, rồi tuần sau theo hải thuyền trở lại căn cứ. Về Huế trơ trọi một mình, Vượng ngại đi bộ. Ra khỏi nhà ở Bến Ngự là leo lên xích lô, bảo cho tới cà phê Ngự Viên. Ở Bến Ngự cũng có quán cà phê, nhưng Vượng kết cà phê Ngự Viên vì cà phê ngon với những nếp áo và tóc dài.

Ở căn cứ bị cuồng chân. Đúng như ông đại đội trưởng nói. Căn cứ Ba Lăng ở trên một giải cát dài cách phá một giải ruộng lúa. Căn cứ được thiết lập theo hình tam giác, mỗi chiều chừng 40 mét. Ba góc là 3 hầm lớn. Hầm phía cánh đồng là hầm đại liên 30, hai hầm kia là hầm trung liên. Cả 3 mặt là tường bằng bao cát dày hơn một mét, cao tới ngực, là hệ thống giao thông hào thông với hầm của lính. Ở giữa sân là một hầm lớn, là bộ chỉ huy đại đội. Phía ngoài căn cứ được rào trên chục hàng rào thép gai với mìn. Ở trong căn cứ cũng là hệ thống đường đi theo hàng rào thép gai. Hệ thống hàng rào thép gai trong sân là để đề phòng khi địch quân vào được căn cứ thì vướng vào thiên la địa võng của những đường thép gai dọc ngang và quanh co khắp sân. Vì thế ở căn cứ, cả ngày chỉ ở trong hầm, bên ngoài nắng chói chang. Buổi chiều hết nắng mới lên nóc hầm nhìn ra phá. Ít khi đi lại trong sân vì phải đi theo đường thép gai. Phía đi xuống phá, duy nhất có một nhà dân, gồm mấy mẹ con, bán đồ tạp hóa cho lính ở căn cứ. Phía sau căn cứ là cánh đồng hoang ăn sâu vào tới những giải làng, gần như của địch. Vì muốn vào làng phải hành quân cấp đại đội. Ngày Vượng mới ra căn cứ, thiếu úy Lân cho biết căn cứ chỉ để giữ an ninh cho phía nam Phá Tam Giang, còn thực sự căn cứ bị địch bao vây. Mình chỉ loanh quanh ở trong căn cứ chớ vài người không thể ra ngoài đi xa, và cũng không gần dân. Mỗi tuần có hải thuyền chở đồ tiếp tế ra căn cứ và lính đi phép theo hải thuyền về Thuận An, rồi đi xe hàng về Huế. Khi nghĩ đến căn cứ, Vượng cho đó là một nhà giam hơn trăm lính với bãi cát và giây thép gai. Ngày đầu ra đơn vị, Vượng đã được tới nhà giam trên bãi cát, điều anh không thể hình dung khi còn ở quân trường Thủ Đức.

Nhìn đồng hồ trên tường, đã gần 10 giờ. Vượng đứng dậy trả tiền, rồi ra khỏi quán, đi bộ qua cầu Gia Hội. Đang đi trên hè đường Trần Hưng Đạo, nghe tiếng gọi: Vượng, Vượng... Anh đứng lại, người gọi từ bên kia đường bước qua. Anh nhận ra Bùi Hiển, trong toán chuẩn úy cùng đi với Phúc ra trung đoàn 1. Bùi Hiển nắm tay Vượng nói:

- Phúc chết rồi. Trình diện buổi chiều, tới đêm bị pháo kích.

Vượng nhìn Hiển, miệng cứng không nói nên lời.

VỀ NHỮNG TÙ NHÂN LƯƠNG TÂM VIỆT NAM

Bọn thẻ đỏ tim đen tiếm quyền hóa giặc
Bịt miệng người kêu nỗi đau Ải Bắc
Bóp cổ người thét nỗi nhục Hoàng Sa
Sông có nghe nỗi nhục chuyển sơn hà

Bùi Minh Quốc

Trên dòng đổ vỡ về tư tưởng, lãnh đạo và chính nghĩa của đảng Cộng Sản, dân Việt đã và đang chứng kiến ngày càng nhiều những phiên tòa của đảng Cộng Sản xử người yêu nước chống Tàu và đòi dân quyền. Theo dõi những người bị kết tội từ những phiên tòa ấy, chúng tôi có mấy nhận định, xin ghi lại như sau:

Nội dung của những phiên tòa

Những phiên tòa kết án những người yêu nước, yêu dân chủ cho thấy 3 điều:

1. Kết tinh và phát triển chủ lưu chống Tàu và đòi dân quyền.

Cuối thập niên 1980, khởi đầu với nhóm Hiền sĩ cao nguyên gồm tiến sĩ Hà Sĩ Phu (Nguyễn Xuân Tụ), nhà văn Tiêu Dao Bảo Cự, nhà thơ Bùi Minh Quốc, nhà nghiên cứu Mai Thái Lĩnh và các ông Huỳnh Nhật Hải, Huỳnh Nhật Tấn, Trần Minh Thảo..., lên tiếng chống lại chế độ độc tài toàn trị và đòi dân chủ. Với những tác phẩm: Dắt Tay Nhau Đi Dưới Những Tấm Biển Chỉ Đường Của Trí Tuệ (1988), Đôi Điều Suy Nghĩ Của Một Công Dân (1993) và Chia Tay Ý Thức Hệ (1995), ông Hà Sĩ Phu đã chỉ ra sự sai lầm từ căn bản của chủ nghĩa cộng sản và sự thất bại của chế độ xã hội chủ nghĩa Việt Nam. Trả giá cho sự phê phán này, ông đã bị bắt giam 1 năm không xét xử (95-96). Sau đó ông cùng với cả nhóm bị cô lập, quản thúc, quản chế, bao vây kinh tế.

Cùng với nhóm hiền sĩ cao nguyên là tiến sĩ Nguyễn Thanh Giang, nhà văn Hoàng Tiến, ông Hoàng Minh Chính và tướng Trần Độ ở Hà Nội (thập niên 1990), lên tiếng phê phán chế độ độc tài, đòi dân chủ, nhân quyền. Các ông Hoàng Tiến,

Hoàng Minh Chính và Trần Độ bị sách nhiễu, canh chừng còn ông Nguyễn Thanh Giang bị bắt giam một thời gian.

Tiếp đó, đầu thập niên 2000, cùng với phong trào dân oan khiếu kiện đòi đất, đòi nhà, 4 trí thức trẻ ở Hà Nội đã lên tiếng phê phán chế độ độc tài và đòi dân chủ. Đó là luật gia Lê Chí Quang (viết Hãy cảnh giác với Bắc triều), bác sĩ Phạm Hồng Sơn (dịch bản "Thế nào là dân chủ" từ website của Đại sứ quán Hoa Kỳ tại Việt Nam), nhà báo chuyên viết về kinh tế của tạp chí Cộng Sản Phạm Vũ Bình (viết Về vấn đề biên giới Việt – Trung và xin thành lập đảng tự do – dân chủ) và nhà báo, cựu bộ đội Nguyễn Khắc Toàn, viết tường thuật và thông tin về các vụ khiếu kiện của dân oan và những bài viết kêu gọi chính quyền thực thi dân chủ.

Cả 4 người đều bị bắt năm 2002, đưa ra tòa kết tội làm gián điệp, xuyên tạc, chống đảng và nhà nước theo điều 80 Bộ luật hình sự:

- Luật gia Lê chí Quang, 4 năm tù giam, 3 năm quản chế, thả 5/2004.

- Bác sĩ Phạm Hồng Sơn, 5 năm, 3 năm quản chế, thả 8/2006.

- Nhà báo Nguyễn Vũ Bình, 7 năm, 3 năm quản chế, thả 6/2007.

- Nhà báo Nguyễn Khắc Toàn, 4 năm, 3 năm quản chế, thả 1/2006.

Một hiện tượng đặc biệt là từ giữa thập niên 2000, những người trẻ xuất hiện lên tiếng đòi dân quyền, chống Tàu xâm chiếm biển đảo, đã tăng theo sự đàn áp của đảng Cộng Sản. Và tất cả những người bị bắt đưa ra tòa đều bị kết tội theo mấy điều 79, qui định cấm các hành vi hoạt động nhằm lật đổ chính quyền nhân dân, điều 80, 88, qui định tội tuyên truyền chống nhà nước Cộng Hoà Xã Hội Chủ Nghĩa Việt Nam, điều 258, lợi dụng các quyền tự do dân chủ xâm phạm lợi ích nhà nước. Như thế những phiên tòa xử người yêu nước đã kết tinh cho chủ lưu tranh đấu chống bạo quyền, chống Tàu xâm lấn và cho thấy sự phát triển của chủ lưu này.

2. Minh chứng sự phân lìa giữa đảng và nhân dân

Từ năm 1954, miền Bắc thành xã hội cộng sản: công, nông, binh, trí thức phụ thuộc vào đảng và nhà nước. Trên lý luận và cơ chế xã hội, đảng Cộng sản đã gom nhân dân vào tay đảng. Đảng với dân là Một. Xã hội vô sản miền Bắc không có mâu thuẫn, không có đối lập, chỉ có tiếng nói và lệnh của đảng. Mấy ông nhà văn, nhà thơ và học giả trong vụ Nhân Văn Giai Phẩm (1956) chỉ đòi tự do văn nghệ, học thuật là bị đập chết ngay.

Sau khi chiếm được miền Nam, đảng Cộng Sản vội vã tiến hành vô sản hoá miền Nam như miền Bắc, nhưng bất khả và đại bại, vì dân miền Nam với nếp sống tự do, tư hữu đã khai hóa nhiều cán bộ cộng sản và phá vỡ hệ thống kinh tế tập sản. Chỉ trong mấy năm thực hiện kinh tế xã hội chủ nghĩa, dân miền Nam thiếu ăn, thiếu mặc, dân miền Trung từng đoàn lũ lượt vào Nam đi ăn xin. Kinh tế xã hội chủ nghĩa lao vào khủng hoảng, đỉnh cao là là vụ đổi tiền lần thứ 3 với cải cách giá, lương, tiền và chống quan liêu bao cấp (1985), lạm phát lên tới trên 700%. Vì thế Cộng Sản Việt Nam phải cải tổ theo Liên Sô, rồi theo Tàu của Đặng Tiểu Bình làm kinh tế thị trường định hướng xã hội chủ nghĩa (Tàu gọi là kinh tế thị trường kiểu Trung Quốc). Việc cải cách này Cộng Sản Việt Nam gọi là đổi mới kinh tế, trở về với kiểu làm ăn tư sản, mở cửa cho các nước tư bản vào đầu tư và đảng Cộng Sản giữ độc quyền làm ăn với tư bản để làm giàu.

Đổi mới, cởi trói kinh tế có hai tác dụng: Với dân, vì được làm ăn tự do nên thoát khỏi sự phụ thuộc vào đảng, còn với đảng Cộng Sản là đảng được tư sản hóa thành giàu, nhưng vuột mất quyền kiểm soát bao tử nên không thể gom dân vào tay đảng như ở miền Bắc trước 1975. Từ đó đối lập xuất hiện: Trí thức lên tiếng phê phán chế độ độc tài, đòi dân quyền. Dân oan đi khiếu kiện đòi đất, đòi nhà. Nông dân kêu than thuế nặng phí cao. Công nhân đình công đòi quyền lợi. Và từ thập niên 2000, những tiếng nói đối lập cùng những phiên tòa xử người đối lập ngày càng nhiều trên khắp nước. Như thế những bản án của tù nhân lương tâm đã đánh dấu sự phân lìa giữa đảng với dân, hủy mệnh đề "Đảng Với Nhân Dân Là Một" để minh chứng một sự thật là Đảng Với Dân Là Hai, nêu rõ đảng quyền độc tài và dân vô quyền bị áp bức.

3. Nói lên bản lãnh và trí tuệ của tù nhân lương tâm

Những phiên tòa xử người yêu nước cho thấy, tất cả những người này đã coi thường nhà tù và cả cái chết. Trước tòa những người yêu nước tuyên bố: Tội của tôi là tội yêu nước. Trong nhà tù những tù nhân lương tâm đấu tranh đòi cải thiện nhà tù. Khi mãn hạn tù, trả lời các đài BBC, VOA và đài Á châu Tự Do (RFA) phỏng vấn, tất cả đều kiên định một lời là tiếp tục con đường đấu tranh cho dân quyền và chống Tàu Cộng xâm lấn.

Danh sách tù nhân lương tâm, đã được tha và còn ở trong tù quá nhiều, nên ở đây chỉ xin ghi một số người tiêu biểu.

Trước hết là những anh thư:

- Cô Phạm Thanh Nghiên:

Cô bị bắt tháng 9/2008, tòa án Hải Phòng kết án tù 4 năm, 3 năm quản chế theo điều 88 Bộ luật hình sự. Mãn hạn tù tháng 12/2012.

Năm 2008, cô Nghiên đã mạo hiểm vào tận xã Hoằng Trường và Hòa Lộc, Thanh Hóa, tìm đến nhà những ngư dân bị hải quân Trung Quốc bắn và bắt ngày 8/1/2005 để tìm hiểu sự việc mà nhà nước Việt Nam luôn dấu kín. Chuyến đi này cô đã ghi lại được nhiều điều của những gia đình nạn nhân trong bài "Uất Ức Biển Ta Ơi". Nhưng ở đây chỉ xin trích lại một đoạn nói về thái độ của viên chức Bộ Ngoại Giao Việt Nam đối với ngư dân và Trung Quốc: "Khoảng hai, ba hôm sau khi ngư dân Thanh Hóa bị tàu chiến Trung Quốc tấn công thì người của Bộ Ngoại Giao Việt Nam sang. Họ có hai người, không có nhà báo đi theo để đưa tin. Họ xin chính quyền Trung Quốc gặp các ngư dân Việt Nam đang bị giam giữ và khuyên: "Các anh cố gắng ở lại cải tạo cho tốt, đừng cãi người ta. Chúng tôi sẽ cố gắng đưa các anh về trước tết". Những ngư dân này không hiểu họ phạm tội gì, tại sao lại "cố gắng cải tạo cho tốt"?

Trong tù khi bị xiềng chân trước hai viên công

an thẩm vấn, cô Nghiên đã lên tiếng: Tôi sẽ không nói gì, nếu các anh xiềng chân tôi, và công an đã phải tháo xiềng.

Sau khi mãn án tù, bị quản chế, nhưng cô đã cùng Nguyễn Ngọc Như Quỳnh và nhiều người khác sáng lập Mạng Lưới Blogger Việt Nam, và Mạng Lưới đã thực hiện những chiến dịch nhân quyền như "Lời Tuyên Bố Của Công Dân Tự Do", chiến dịch "Chúng Ta Muốn Biết", phong trào "Không Bán Nước"...

- Bà Bùi Minh Hằng:

Bà Hằng là nhà hoạt động dân chủ, nhân quyền với câu nói: "Chúng tôi ngã xuống để đất nước này đứng lên" và đã đi hàng đầu trong những cuộc biểu tình chống Tàu xâm lấn ở Hà Nội. Tháng 2/2014 bà và một nhóm thân hữu và tín đồ Phật Giáo Hòa Hảo tới thăm một cựu tù nhân lương tâm là ông Nguyễn Bắc Truyền. Trên đường đi tại khu vực Lấp Vò, tỉnh Đồng Tháp, Bà Hằng đã bị công an bắt cùng 2 người khác là Nguyễn Thị Thúy Quỳnh và Nguyễn Văn Minh. Cả ba người đã bị tòa án Đồng Tháp kết án gây rối giao thông và trật tự công cộng theo điều 245 Bộ luật hình sự: Bà Hằng 3 năm tù giam, Thúy Quỳnh 2 năm 6 tháng và Minh 2 năm.

Mãn hạn tù ngày 11/2/2017, khi được hàng trăm

người đón tại nhà thờ Dòng chúa Cứu Thế ở Kỳ Đồng, quận 3, TP Hồ Chí Minh, bà đã nói: Tôi phải cám ơn nhà cầm quyền cộng sản. Chính họ tạo dũng khí cho tôi. Chính nhà tù đã tạo dũng khí cho chúng ta tranh đấu và giúp chúng ta trưởng thành.

- Cô Đỗ Minh Hạnh:

Cô Hạnh bị bắt tháng 2/2010, với cáo buộc cùng với 2 người khác là Nguyễn Hoàng Quốc Hùng và Đoàn Huy Chương thúc đẩy cả chục ngàn công nhân, công ty giày Mỹ Phong tại Trà Vinh đứng lên đình công. Phiên tòa 27/10/2010 tại tòa án Trà Vinh, tuyên án Đỗ Minh Hạnh 7 năm tù giam, Nguyễn Hoàng Quốc Hùng 9 năm, và Đoàn Huy Chương 7 năm về tội phá rối an ninh trật tự nhằm chống lại chính quyền nhân dân theo điều 79 bộ luật hình sự.

Bà Ngọc Minh, mẹ của Hạnh trong cuộc phỏng vấn của Trà My đài VOA (23/9/2013) cho biết: Từ 2013, Hạnh tham gia khối 8406, giúp đỡ dân oan mất đất. Hạnh đánh máy hồ sơ khiếu nại đất đai cho dân oan rất nhiều. Trong thời gian hoạt động không tết nào Hạnh ăn tết ở nhà. Hạnh nói: Thực trạng Việt Nam rất bi đát, nguy cơ mất nước, dân rất đau khổ.

Trong tù Hạnh nói với mẹ: Đời người chỉ chết có một lần thôi, để cho họ thấy họ không được coi thường tinh thần của dân tộc. Con không có tội. Những việc con làm, bất cứ công dân nào cũng phải làm.

Trong tù Hạnh nói với cán bộ trại giam: Cán bộ không có người thân bị mất đất, nên cán bộ không hiểu nỗi lòng người dân oan bị mất đất. Cán bộ không làm công nhân thì làm sao hiểu được nỗi khổ sở nhục nhã khi bị chửi mắng, đày đọa, bóc lột của người chủ. Mất từng mảnh đất Việt Nam, tôi như mất từng miếng thịt da của mình.

Ngày mãn hạn tù 26/6/2014, cô đã tuyên bố: May mắn đã được ở tù. Và nay Đỗ Minh Hạnh là chủ tịch tổ chức Lao Động Việt.

- Blogger Nguyễn Ngọc Như Quỳnh và Trần Thị Nga:

Tòa án Khánh Hòa ngày 9/6/2017 đã kết án Như Quỳnh 10 năm tù giam, 5 năm quản chế, và ngày 25/7/2017, Trần thị Nga bị tòa án Hà Nam tuyên án 9 năm tù, 5 năm quản chế, với tội danh tuyên truyền chống nhà nước theo điều 88 Bộ luật hình sự.

Đòn thù của đảng Cộng Sản giáng xuống hai phụ nữ, cả hai đều có con nhỏ, đã gây sự phẫn nộ của nhiều giới đồng bào trong và ngoài nước, gây sự phẫn nộ của các tổ chức Nhân Quyền Thế Giới. Vì tất cả những việc làm của chị Quỳnh và Nga chỉ có mục đích bảo vệ môi trường, sự toàn vẹn lãnh thổ của tổ quốc và bảo vệ quyền làm người chính đáng của công dân. Với những khẩu hiệu "Cá Cần Nước Sạch – Dân Cần Minh Bạch", "Đả Đảo Trung Quốc Xâm Lược" và "Formosa Cút Khỏi Việt Nam", hai blogger Quỳnh và Nga đã nêu lên khát vọng của dân, mối nguy của nước. Đó là sự thật hiển nhiên, nhưng đảng Cộng Sản quỳ gối trước Tàu nên đã vùi dập con dân Việt.

Nhận xét về mức án của chị Quỳnh, luật sư Nguyễn Khả Thành nói: "Thông thường về tội 258 hoặc 88, người ta gọi là tội nhạy cảm, nên án bị tội này thì bản án cao lắm là 5 năm tù thôi. Vụ án này với chị Quỳnh lại gấp đôi, tức là 10 năm thì cao hơn cả tội phạm giết người nữa".

Do sự bưng bít và cấm người tham dự phiên tòa xử Trần Thị Nga, nên chúng ta không được nghe tiếng nói của chị. Còn với Như Quỳnh, may có bà mẹ được tham dự phiên tòa, nên Quỳnh đã có thể nói với mẹ:

- Con xin cảm ơn mẹ và các con, các luật sư cố gắng bảo vệ cho tôi. Mỗi người chỉ có một cuộc đời, nhưng dù được làm lại, con vẫn sẽ làm lại như vậy và con tin mẹ và các con sẽ không bao giờ phải hối hận mà sẽ tự hào vì con.

Và nói với đảng Cộng Sản và đồng bào:

- Tôi mong muốn xây dựng một xã hội và đất nước tốt đẹp. Một quốc gia chỉ tự cường khi nó gắn liền với nền tảng một xã hội mà người dân có tự do và hạnh phúc. Người dân chỉ có tự do hạnh phúc khi có tự do ngôn luận và quyền tự do biểu đạt những điều mình mong muốn. Tôi mong rằng mọi người sẽ lên tiếng đấu tranh, vượt qua nỗi sợ hãi của chính bản thân mình để xây dựng một đất nước tươi đẹp hơn. (rfa.org/vietnamese/news – 10/2/2017).

- Sinh viên Nguyễn Phương Uyên:

Phiên tòa phúc thẩm 16/8/20013 tại Long An, xét xử Nguyễn Phương Uyên và Đinh Nguyên Kha về tội: Tuyên truyền chống nhà nước xã hội chủ nghĩa, theo điều 88 Bộ luật hình sự, đả giảm án cho hai sinh viên. Kha từ 8 năm xuống 4 năm tù giam. Uyên từ 6 năm xuống 3 năm và được hưởng án treo nên Uyên đã được trả tự do ngay tại tòa.

Việc Uyên và Kha được giảm án là sự kiện đặc biệt chưa có tiền lệ trong các vụ án chính trị. Nhưng đặc biệt hơn cần nói là trong vụ án này, Phương và Kha đã nổi bật lên là 2 người trẻ -Uyên 21, Kha 25, đã có một nhận thức chính trị vững vàng, lý luận sắc bén và tự tin về việc làm của mình. Vì thế, Kha đã có thể tuyên bố trước tòa:

- Tôi trước sau vẫn là một người yêu nước, yêu dân tộc tôi. Tôi không hề chống dân tộc tôi. Tôi chỉ chống đảng Cộng Sản mà chống đảng thì không phải là tội.

Còn Phương Uyên trong phiên tòa sơ thẩm (16/5/2013) đã khẳng khái:

- Tôi không có tội... Ông Hồ Chí Minh nói: Một năm bắt đầu từ mùa xuân, còn người bắt đầu từ tuổi trẻ. Tôi là sinh viên có lòng yêu nước. Nếu phiên tòa hôm nay kết tội tôi thì mọi người trẻ sẽ sợ hãi và không còn dám bảo vệ chủ quyền của đất nước.

Tới phiên tòa phúc thẩm, Uyên đã tuyên bố:

- Tôi không cần giảm án. Tôi chỉ cần tòa xử đúng người đúng tội. Tôi cho rằng chống đảng Cộng Sản không phải là chống phá đất nước, dân tộc. Các ông đừng đánh đồng.

Những anh kiệt

Những tù nhân lương tâm đầu tiên dưới chế độ Cộng Hòa Xã Hội Chủ Nghĩa Việt Nam phải kể là Bác sĩ Nguyễn Đan Quế, Linh Mục Nguyễn Văn Lý,

Giáo sư Đoàn Viết Hoạt... Mấy vị này bị bắt từ 1977, 78 và người nào cũng ở tù trên 20 năm. Nhưng ở đây chúng tôi chỉ ghi lại mấy trí thức tiêu biểu, học và sinh trưởng dưới chế độ cộng sản.

- Kỹ sư Trần Huỳnh Duy Thức:

Ông Thức bị bắt cùng thời gian với luật sư Lê Công Định, thạc sĩ Nguyễn Tiến Trung và doanh nhân Lê Thăng Long. Ngày 20/5/2009, Duy Thức bị tòa án TP Hồ Chí Minh kết án 16 năm tù giam về tội hoạt động chính trị nhằm lật đổ chính quyền nhân dân.

Ông Thức là kỹ sư và doanh nhân thành công, là tổng giám đốc công ty Dịch Vụ Điện Thoại Internet OCI. Ông đã viết: Con Đường Nào Cho Việt Nam, nói lên những trăn trở về những vấn đề đất nước và dân tộc và là người sáng lập Phong Trào Con Đường Việt Nam.

Trong tù Duy Thức đã mấy lần tuyệt thực đấu tranh để giành lại những sinh hoạt của cá nhân và đòi hỏi cải thiện đời sống nhà tù. Và trong thời gian Tổng Thống Mỹ Obama thăm Việt Nam (5/2016), ông Thức đã từ chối đi Mỹ để đổi tự do. Việc ông chọn ở lại nhà tù hơn là đi Mỹ giống với Vaclav Havel, kịch tác gia lớn của Tiệp Khắc, một trong những người đã đề xướng Hiến Chương 77, đã chọn ở lại nhà tù chớ không ra khỏi nước theo ý muốn của chính quyền năm 1979. (Hiến Chương 77 là một văn kiện đã được khoảng 1200 nhà văn, triết gia, trí thức và nhạc sĩ ký vào năm 1977, chống lại sự hạn chế những quyền tự do và yêu cầu chính quyền tôn trọng Minh Ước Nhân Quyền Helsinki (Helsinki human rights convention) mà chính quyền Tiệp Khắc đã ký. Từ việc đấu tranh chống lại chế độ Cộng Sản Tiệp, đòi tự do dân chủ, Vaclav Havel đã bị tù nhiều lần, và một lần đã suýt chết vì sự ngược đãi của nhà tù. Trong những biến động cuối năm 1989, Vaclav Havel ra khỏi nhà tù đã cùng với những nhà trí thức và sinh viên thành lập Diễn Đàn Công Dân (Civic Forum) để đáp ứng tình thế. Sau khi chính quyền Cộng Sản sụp đổ, Vaclav Havel đã được Quốc Hội Liên Bang bầu làm Tổng Thống của Tiệp Khắc – 29/12/1989).

- Luật sư Lê Công Định:

Ngày 20/1/2010, toà án TP Hồ Chí Minh đã kết án luật sư Định 5 năm tù giam, 3 năm quản chế về tội hoạt động nhằm lật đổ chính quyền nhân dân theo điều 79 Bộ luật hình sự và được phóng thích 6/2/2013.

Luật sư Định là một cây bút bình luận thời sự, chính luận sắc bén, đơn giản mà sâu. Trong các bài viết ông cổ võ tư tưởng đa nguyên, đa đảng với lập trường dứt khoát: Đa nguyên không đáng ngại mà trái lại rất cần thiết nếu biết điều tiết thích hợp. Đa nguyên là động lực của sự phát triển, điều đó miễn bàn cãi.

Trong cuộc phỏng vấn của đài Á Châu Tự Do (3/1/2016, Luật sư Định cho biết ông kiên định với lý tưởng theo đuổi: Vì là lý tưởng nên tôi đã đã không dừng lại và đến ngày hôm nay, sau khi đã trả giá rất nhiều rồi thì không có lý do gì để tôi phải thay đổi điều đó. Bởi vì tôi thấy xây dựng nên một nhà nước Pháp Trị Dân Chủ thực sự là cần thiết cho sự phát triển của đất nước cũng như mang lại những lợi ích cho người dân.

Luật sư Định cho biết đã mừng là ngày nay có nhiều bạn trẻ, nhiều người dân, giới luật sư và những giới khác, đặc biệt giới doanh nhân cũng ý thức được vấn đề. Họ bắt đầu lên tiếng và làm các công việc rất cụ thể và hữu ích. Và họ ngày càng tranh đấu cho sự dân chủ hóa và xây dựng một nhà nước pháp trị thật sự ở Việt Nam.

- Luật sư Nguyễn Văn Đài:

Luật sư Đài, năm 2007 đã bị xử tù 4 năm về tội "Tuyên truyền chống nhà nước Cộng Hòa Xã Hội Chủ Nghĩa Việt Nam". Sau khi ra tù được mấy năm, ngày 16/12/2015, ông Đài lại bị bắt giam về cùng tội trên.

Luật sư Đài đã góp phần cho việc thành lập Khối 8406 và Tuyên Ngôn Tự Do Dân Chủ 2006. Ban đầu chỉ có 118 thành viên người Việt trong nước. Đến tháng 8/2006, số thành viên công khai đã lên đến 1951 ở trong nước. Ngoài ra khối cũng đã có 3881 thành viên là người Việt ở nước ngoài cùng với 139 chính khách quốc tế, gồm đại diện các tổ chức, 50 nhân sĩ Hiến Chương 77 Tiệp Khắc và 50 dân biểu, nghị sĩ Hoa Kỳ.

Luật sư Đài là biên tập viên của báo mạng Tự Do Dân Chủ, cộng tác viên của báo Tự Do Ngôn luận, và ông đã viết nhiều bài nghiên cứu luật học về các quyền tự do chính trị.

Bà Vũ Minh Khánh, vợ ông Đài cho biết, tính đến 16/7/2017, ông Đài đã bị tạm giam tròn 16 tháng sau 3 lần gia hạn lệnh tạm giam mà chưa công bố kết luận điều tra, cũng như không cho các luật sư tiếp xúc và còn bị biệt giam. Phần bà chỉ được gặp chồng hai lần tháng10/4/16 và 1/2017.

Tuy đang bị tạm giam, ông Đài đã được Tổng Thống Đức Frank Walter Steinmeier trao giải thưởng Nhân Quyền 2017 của Liên Đoàn Thẩm Phán Đức ngày 5/4/2017. Ngày 10/4/17, khi định bay sang Weimar để nhận giải thưởng thay chồng, bà Khánh đã bị chặn tại sân bay Nội Bài với lý do "Bảo vệ an ninh quốc gia và trật tự an toàn xã hội".

- Nhà văn Nguyễn Xuân Nghĩa:

Ông Nguyễn Xuân Nghĩa bị bắt ngày 11/9/2008 cùng với các ông nguyễn Văn Túc, Ngô Quỳnh, Nguyễn Văn Tính, Nguyễn Mạnh Sơn và bà Nguyễn Kim Nhàn. Ông Nghĩa đã bị toà án Hải Phòng tuyên án tù 6 năm, quản chế 3 năm về tội "tuyên truyền chống nhà nước xã hội chủ nghĩa", vì ông và mấy thân hữu đã treo biểu ngữ "Hoàng Sa và Trường Sa thuộc Việt Nam".

Ông Nghĩa đã lên tiếng trước khi vào tù với bài thơ:

Tổ quốc tôi như miếng da lừa,
Một lần ước mất đi một góc
Ước phồn vinh: Rừng mất cây, biển mất cá.
Ước vẹn toàn: Mất hải đảo, mất cao nguyên.
Tôi đứng ôn hòa, biểu ngữ chống Bắc Kinh,
Người đến đầu tiên là cảnh sát.
Họ nhìn tôi như nhìn loài chó ghẻ.
Tôi ngã rồi, họ dựng chúng tôi lên,
Những nắm đấm thôi miên vào mặt.
Họ là người Việt Nam như tôi,
Ở chung với tôi trên mảnh đất cỗi cằn sỏi đá,

Ở chung với tôi mảnh đất ngàn năm vật vã.
Lo sinh nhai, lo giữ chốn sinh tồn.
Tôi nằm lăn ra đất
Nước mắt nuốt vào lòng
Lịch sử 4 ngàn năm triều đại nào như thế!

(Hải Phòng 29/4/2008)

Trong bài "Con Tôi Đã Ra Đi", ông Nghĩa loan báo: Con trai út của ông, Nguyễn Thanh Thủy, trước sự trả thù tàn độc của đảng Cộng Sản Việt Nam nên đi làm thuê, công an bắt chủ đuổi. Ở trọ Hà Nội, công an bắt chủ đuổi ra đường. Có bạn gái, 2 lần bị ngăn cản nên bạn gái đã phải khóc để chia tay. Một chế độ tàn độc đến mức khi người dân nào đã bị khoanh tròn thì bị tiêu diệt cả hôn nhân và cuộc sống, cả sự nghiệp tương lai nếu là người có chút học hành. Trong hoàn cảnh tuyệt vọng như vậy, giống như hàng triệu người khác, cháu quyết tâm ra đi. Lần thứ nhất năm 2014, đi du học tại New Zealand, bị thu hộ chiếu ở phi trường Tân Sơn Nhất. May thay lần trốn chạy thứ hai đã thành công. Ông Nghĩa cho biết khi ông viết những dòng này thì Thủy đã đang bay đến Hoa Kỳ.

Điều cần nói hơn trong lời loan báo – Con Tôi Đã Ra Đi – ông Nghĩa đã tố cáo một nghịch lý của chế độ độc tài toàn trị là "Đã và sẽ có nhiều nữa con cháu của các cán bộ, đảng viên cộng sản lớn nhỏ đương quyền bỏ nước đến làm công dân của các nước tư bản. Mâu thuẫn là ở Việt Nam giới lãnh đạo cộng sản cưỡng bức dân chúng sống với chủ nghĩa cộng sản của họ trong khi họ đưa con cháu sang bên kia sống với thế giới tư bản, cái thế giới mà họ từng nói là đang giãy chết. Họ đã không và chẳng bao giờ dám lên tiếng giải thích cho trường hợp này.

Con cái họ bị đàn áp chính trị? Không! Chính họ đang đàn áp người dân kia mà. Họ yêu chủ nghĩa tư bản, thích xã hội dân chủ. Vậy sao họ không dám làm điều này ngay tại Việt Nam, nơi họ có quyền làm, vừa hợp với xu thế của thời đại và đòi hỏi của phần lớn người dân".

Tác dụng của những phiên tòa

Về tác dụng của những phiên tòa xử người yêu nước, có thể thấy 3 điều:

1. Đập vỡ lý luận về đảng với dân là một.

Trên hệ thống báo chí của đảng Cộng Sản, chúng ta thường được đọc câu: "Mệnh đề đảng với dân là một không phải là câu khẩu hiệu mà là bản chất mối quan hệ mật thiết giữa đảng với nhân dân". Sự khiên cưỡng đồng nhất đảng Cộng Sản với nhân dân, với tổ quốc đã giúp đảng Cộng Sản, một mặt kết tội những người chống sự cai trị độc tài của đảng là chống nhân dân, chống tổ quốc, và mặt khác, đảng Cộng Sản có thể nói: Xã hội xã hội chủ nghĩa không có đối lập, chỉ có một thể thống nhất Đảng nói, dân nghe và làm. Vì thế sự phát triển tiếng nói đòi dân quyền, tiếng nói đòi lại quyền tư hữu của dân oan mất đất, mất nhà, tiếng nói của tù nhân lương tâm với sự đàn áp và phát triển của lực lượng công an và nhà tù đã phá vỡ mệnh đề Đảng với nhân dân là Một, phơi bày một sự thật là đảng với dân là Hai trong đó đảng quyền áp chế và dân vô quyền đòi dân quyền.

Vấn đề đồng nhất đảng với nhân dân, tổ quốc của đảng Cộng Sản trên chục năm nay đã có nhiều bài báo phân tích và tố cáo đảng Cộng Sản đã vo tròn nhân dân và tổ quốc vào tay đảng. Nhưng tiếng nói đơn giản, khúc chiết về một sự thật của hai sinh viên Phương Uyên và Đinh Nguyên Kha là những tiếng nói đầu tiên trước Tòa Án Sinh Sát của đảng đã đập vỡ Mệnh đề "đảng với dân là một". Kha nói: Tôi không hề chống dân tộc. Tôi chỉ chống đảng Cộng Sản. Mà chống đảng Cộng Sản thì không phải là tội. Còn Uyên: Tôi cho rằng chống đảng Cộng Sản không phải là chống phá đất nước, dân tộc. Các ông đừng đánh đồng.

Sức nặng của hai câu nói không biết có làm động não mấy ông quan tòa cộng sản hay không, nhưng đã nói lên được một nhận thức đúng về sự liên hệ giữa đảng, nhân dân và tổ quốc. Vì đảng chỉ là một tổ chức chính trị trong nhiều tổ chức khác của một quốc gia, có thể tồn tại trong một thời gian ngắn hay dài nào đó. Còn nhân dân và tổ quốc là một tập hợp chung và muôn đời.

Từ lý luận đảng với nhân dân, với dân tộc là một, không có đối lập, nên đảng Cộng Sản đã khăng khăng lập luận Việt Nam không có tù chính trị, không có tù lương tâm, chỉ có những cá nhân phạm pháp. Đây là sự nguỵ biện trâng tráo, có thể dùng công an và nhà tù bắt dân Việt nghe, nhưng không thể bắt quốc tế nghe. Vì thế, những phiên tòa xử vội với những tiếng tố cáo chế độ đàn áp tiếng nói đòi công lý, dân quyền và nhân quyền đi nhanh và xa với hệ thống truyền thông ngày nay đã cho thế giới nghe và thấy sự đối lập chính trị của dân Việt và sự đàn áp đối lập của chính quyền cộng sản ra sao. Chính vì nghe và thấy được những sự thật ấy mà các tổ chức nhân quyền và chính quyền ở các nước tư bản lên tiếng phản đối những phiên tòa với những bản án vi phạm nhân quyền của nhà nước Việt Nam.

2. Nói lên nỗi sợ của đảng Cộng Sản

Trong bài "Có những phiên tòa, có những nỗi sợ" trên mạng Dân Làm Báo, ông Paulus Lê Sơn đã đặt một câu hỏi: Xử tù người yêu nước, ai sợ ai? Và ông đã trả lời là nhà cầm quyền, với hai nhận định: Thứ nhất là sợ quốc tế lên án về vi phạm nhân quyền, thứ nhì là sợ lòng dân, khi thấy người dân đã can đảm, hết sợ hãi, kéo đến tòa ngày càng đông, lỳ và ý thức hơn để đòi trả tự do cho người bị xét xử.

Và trên mạng Đàn Chim Việt, luật sư Lê Công Định, trong bài "Nói về ngày 30/4" cũng khẳng định: Càng ngày chúng ta thấy càng nhiều hơn tù nhân lương tâm bị bắt, nó thể hiện mối sợ hãi ám ảnh đầu óc của người lãnh đạo. Họ luôn luôn sợ quyền lực của họ bị mất do ảnh hưởng của người trí thức bất đồng chính kiến và cách duy nhất là họ đàn áp, tù đày".

Vì thế tất cả các phiên tòa được loan báo là xử công khai. Nhưng đã có 2 sự kiện đặc biệt:

- Thứ nhất, bên ngoài tòa án, công an rải rộng khắp nơi, chặn các ngả đường tới tòa và đàn áp bắt bớ người tới tham dự phiên tòa.

- Thứ nhì, trong tòa chỉ có mấy quan tòa, 1 hay 2 thân nhân của bị cáo (nhiều phiên tòa thân nhân không được tham dự), 1, 2 luật sư và công an. Và trong khi xử, chánh án đã không cho luật sư và người bị xử nói hết lời. Có lẽ họ sợ sự thật, không muốn nghe sự thật, sợ không đủ lý lẽ trước việc làm đúng của bị cáo – cái sợ của phi nghĩa độc tài bán nước trước chính nghĩa của người yêu nước, yêu dân chủ. Do đó, phiên tòa nào cũng xử rất nhanh. Việc của mấy ông quan toà Cộng Hòa Xã Hội Chủ Nghĩa Việt Nam là làm cho có và ném bị cáo vào tù với những bản án đã được định sẵn.

Nhìn lại những phiên tòa gọi là công khai mà đầy bưng bít ấy, chúng tôi nhận ra một điểm là việc xử án của chế độ xã hội chủ nghĩa đã kém xa việc xử án của chế độ thực dân Pháp. Xin lấy một thí dụ điển hình là vụ xử nhà cách mạng Phan Bội Châu, một vụ án quan trọng hàng đầu vì cụ Phan là linh hồn của phong trào cách mạng chống thực dân Pháp.

Ngày 23/11/1925, cụ Phan Bội Châu được đưa ra xét xử trước Hội Đồng Đề Hình (tòa án đặc biệt xét xử các vụ án chính trị liên quan đến an ninh của chế độ Bảo Hộ). Xin ghi lại mấy điểm:

- Thứ nhất, lính Pháp canh phòng nghiêm ngặt, nhưng từ tảng sáng dân chúng đã tự do lũ lượt kéo tới tòa án, đông nghẹt từ trong ra ngoài.

- Thứ nhì, ngoài 2 luật sư Bona và Larre được chỉ định bào chữa bênh vực cho bị can, cụ Phan đã được tự do ung dung biện hộ, nói về những hoạt động chính nghĩa của mình trước chế độ Bảo Hộ.

- Thứ ba, trong khi quan tòa đang xử và viên biện lý đứng lên buộc tội, yêu cầu Hội Đồng xử tử hình thì một người dáng nho phong len lỏi đám đông ra trước tòa, xưng tên là Nguyễn Khắc Doanh (Tú Khắc quê Nam Trực, Nam Định) tự nguyện xin chết thay cho cụ Phan. Việc xin chết của Tú Khắc đã làm kinh động Hội Đồng Xét Xử, và nâng cao tinh thần của những người dân đến tham dự phiên tòa.

Theo mấy cuốn sách viết về cụ Phan Bội Châu thì đáng lẽ Hội Đồng Đề Hình tuyên án tử hình cụ Phan, nhưng do uy tín quá lớn của cụ cùng với tinh thần dân Việt sôi nổi trên toàn quốc khi nghe tin cụ Phan bị bắt, nên sau một ngày xét xử, tòa đã tuyên án khổ sai chung thân. Và một tháng sau ngày xử án (24/12/25) Toàn Quyền Varrenne ký quyết định ân xá cụ Phan Bội Châu.

3. Hủy bỏ chính nghĩa của đảng Cộng Sản

Trên dòng đấu tranh chống thực dân Pháp giành độc lập, đảng Cộng Sản đã xuất hiện cùng với những tổ chức cách mạng khác như Việt Nam Quốc Dân đảng, Đại Việt Quốc Dân đảng, Đại

Việt Duy Dân đảng... Nhưng tháng 8/1945, nhân khoảng trống chính trị ở Việt Nam khi Nhật phải đầu hàng Đồng Minh và chính phủ Trần Trọng Kim mới thành lập được 4 tháng, đảng Cộng Sản có tổ chức chặt chẽ đã nhanh tay cướp được chính quyền từ chính phủ Trần Trọng Kim. Từ đó nhân danh chính phủ Việt Nam Dân Chủ Cộng Hòa, phát động cuộc kháng chiến chống Pháp khi Pháp trở lại Việt Nam (1946 - 1954), rồi phát động cuộc chiến chống Mỹ cứu nước (1960-1975), thực ra là xâm lược Việt Nam Cộng Hòa. Cả hai cuộc chiến này Cộng Sản Việt Nam đã nhận được sự yểm trợ tối đa của Liên Sô và Trung Cộng, nhất là Trung Cộng. Vì thế từ hai cuộc chiến ấy đảng Cộng Sản Việt Nam đã bắc cầu cho Tàu Cộng vào Việt Nam. Sau hội nghị Thành Đô (1990) giữa lãnh đạo hai đảng Cộng Sản Trung-Việt, Cộng Sản Việt gọi đó là hội nghị bình thường hóa quan hệ ngoại giao. Còn theo ông Trần Quang Cơ, cựu thứ trưởng ngoại giao, trong "Hồi Ức và Suy Nghĩ" thì không phải bình thường hóa quan hệ mà là phụ thuộc hóa quan hệ. Vì thế từ lệnh truyền "Hãy gác lại quá khứ, hướng đến tương lai" trong bài diễn văn của Giang Trạch Dân ở hội nghị Thành Đô, đảng Cộng Sản Việt Nam đã cấm dân Việt không được nói bất cứ điều gì đụng đến Trung Quốc. Trước hết là phải quên trận chiến xâm lược của Trung Quốc năm 1979, rồi xa hơn là tất cả những gì về lịch sử chống Tàu đều phải đục bỏ. Ra lệnh cấm chiếu các bộ phim, cấm diễn các vở kịch có nội dung chống xâm lược phương Bắc như Tiếng Trống Mê Linh, Thái Hậu Dương Vân Nga...

Tiếp theo là đàn áp và cấm những cuộc biểu tình của trí thức, văn nghệ sĩ, sinh viên và dân chúng chống Tàu xâm lấn biển, đảo những năm 2007, 2008, 2011.

Ông Hà Sĩ Phu, trong bài "Từ Vụ Bauxite Nghĩ Về Vận Nước" trên mạng Đối Thoại đã viết: "Trong lịch sử 4000 năm đã có bao giờ thất thủ mất đất, mất biển đơn giản như thế, đã có bao giờ ngoại bang cưỡi lên lưng, tóm lấy yết hầu, chi phối nhân sự dễ dàng như thế? Đã có bao giờ người cầm đầu xã hội bạc nhược đến mức không dám gọi đến tên kẻ đã đánh giết dân mình, chứ chưa nói đến có gan chống lại?".

Đến bài "Giải Cộng Nhi Thoát" ông lại viết: "Nguy cơ mất nước là hoàn toàn có thật. Đến lúc này nhân dân buộc phải hỏi: Đảng và nhà nước có thực sự muốn chống xâm lược không? Cả đến việc thông qua Luật Biển, làm nức lòng nhiều người nhưng tiến hành song song với những động tác ve vãn kẻ xâm lược và cấm dân biểu tình thì có đáng tin không hay chỉ là "đánh trận giả" để đánh lừa dân chúng, giúp kẻ địch tiến thêm một bước nguy hiểm?".

Đối diện trước nguy cơ mất nước và sự đàn áp tàn bạo những người dân lên tiếng chống Tàu, nhạc sĩ Việt Khang đã viết hai bản nhạc Anh Là Ai và Việt Nam Tôi Đâu? với những câu:

Giờ đây Việt Nam còn hay đã mất?
Mà giặc Tàu ngang tàng trên quê hương ta.
Hoàng, Trường Sa đã bao người dân vô tội
Chết ngậm ngùi vì tay súng giặc Tàu.
Việt Nam tôi đâu? Việt Nam tôi đâu, Việt Nam tôi đâu?

Vì thế trong dòng đấu tranh chống Tàu xâm lược và chống đảng Cộng Sản, ác với dân mà quỳ gối trước giặc Tàu, những tiếng nói lớp lớp của những người tù lương tâm đã nói lên một sự thật là đảng Cộng Sản Việt Nam đã từ yêu nước sang bán nước, là đảng Cộng Sản đánh Pháp, đánh Mỹ và Việt Nam Cộng Hòa để đưa Tàu vào thôn tính Việt Nam, đã bắc một cây cầu từ Nô Lệ Tây Sang Nô Lệ Tàu mà cây cầu đó đảng Cộng Sản đã xây bằng xương máu của dân Việt.

Kết luận

Trên 80 năm dưới chế độ thực dân Pháp, tiếng

bom Sa Điện của Phạm Hồng Thái, những phiên tòa xử những nhà cách mạng Việt Nam Quốc Dân đảng, xử nhà cách mạng Phan Bội Châu... đã là những ngọn lửa của hồn nước đánh thức quốc dân, soi sáng khát vọng đòi quyền độc lập của dân Việt, thì trên 60 năm dưới chế độ độc tài toàn trị của đảng Cộng Sản Việt Nam, những phiên tòa xử người yêu nước đòi công lý, đòi dân quyền cũng là những ngọn lửa của hồn nước đánh thức toàn dân, soi sáng con đường đấu tranh chống lại một chế độ tàn phá con người và đất nước.

Bây giờ người ta nói đảng Cộng Sản Việt Nam không có đối thủ. Họ lầm. Xin đừng nhìn thời gian dài ngắn. Cứ nhìn sang những nước Cộng Sản Đông Âu cuối thập niên 1980 sẽ nhận ra cái lầm này. Vì trước 1989, Cộng Sản Đông Âu không có đối thủ, nhưng cuối năm 89 khi người dân Tiệp Khắc, Đông Đức, Ba lan, Hung Gia Lợi, Lỗ Mã Ní..., hàng triệu người xuống đường lật đổ chế độ Cộng Sản trong một thời gian chóng mặt thì ta thấy Cộng Sản Đông Âu có đối thủ. Đối thủ đó là lòng người, một đối thủ tiềm ẩn lâu dài dưới chế độ Cộng Sản và sẽ hiện hình rất nhanh khi có thời cơ. Nhìn sang Đông Âu năm 89, Liên Sô năm 90 hay nhìn sang Indonesia năm 1997, dân biểu tình hàng triệu người lật đổ chế độ độc tài Suharto do khủng hoảng kinh tế, ta sẽ thấy rõ hơn ý nghĩa câu: Nước nâng thuyền mà nước cũng lật thuyền, mà người Việt thường nói.

Từ đó nhìn lại Việt Nam, với thứ chính quyền mà ông Hà Sĩ Phu trong bài Giải Cộng Nhi Thoát đã gọi là Một Đám Cướp Lớn Phản Động, với dân là một lò tích tụ uất hận, còn với nước là sự nguy vong trước giặc Tàu thì chuyện nước lật thuyền có thể nhìn thấy được.

Trước ánh sáng và niềm tin bùng lên từ những phiên tòa xử người yêu nước của đảng Cộng Sản, chúng ta có thể nói rằng dưới thời thực dân Pháp, những người yêu nước đã tạo nên dòng lịch sử kháng Pháp đòi độc lập, thì ngày nay, những tù nhân lương tâm cũng đang tạo thành dòng lịch sử kháng Cộng đòi dân chủ. Và chúng ta tin rằng trên dòng vận động lịch sử ấy, những người tù lương tâm khi có thời cơ biến động sẽ cùng với dân làm lại Việt Nam, xây dựng một đất nước dân chủ, độc lập và tiến bộ.

TỪ CÁCH MẠNG VÔ SẢN TRỞ VỀ TƯ SẢN

Có đảng Cộng Sản mới có đổi mới.

Đỗ Mười

Cho tới nay cách mạng xã hội chủ nghĩa của đảng Cộng Sản Việt Nam đã đi qua hai giai đoạn: Giai đoạn phá hủy xã hội tư sản để làm cách mạng vô sản và giai đoạn từ bỏ cách mạng vô sản trở lại xã hội tư sản. Trong giai đoạn đầu, dân Việt đã bị làm tình làm tội để được giải phóng thành người vô sản. Còn giai đoạn thứ nhì cho chúng ta thấy đảng Cộng Sản đã sử dụng cơ chế chính trị vô sản (độc tài toàn trị) để tư sản hóa đảng viên. Dưới đây chúng tôi xin ghi lại những sự việc đảng viên Cộng Sản đã và đang tung hoành để biến giai cấp đảng thành giai cấp tư sản đỏ.

Những đường vòng oan nghiệt

Trong những năm 1978, 79, trước sự thất bại của chương trình kinh tế xã hội chủ nghĩa, với kinh tế tập sản và quốc doanh, hai ông Võ Văn Kiệt và Nguyễn Văn Linh ở miền Nam đã liều đột phá hàng rào kinh tế giáo điều Mac-xit – Lênin-nit bằng cách lùi ở cả nông, công, thương nghiệp:

- Lùi ở nông nghiệp là cho nông dân thuê đất khoán, làm ăn cá thể.

- Lùi ở công thương nghiệp là bãi bỏ việc ngăn sông cấm chợ, khuyến khích phát triển kinh doanh theo phương thức 3 lợi ích là lợi ích nhà nước, lợi ích cơ sở và lợi ích cá nhân. Cho tư nhân lập cơ sở sản xuất và được phép bán giá tự do những sản phẩm trên mức chỉ tiêu kế hoạch. Người Tàu được phép kinh doanh trở lại và trong các xí nghiệp dùng hình thức khoán sản phẩm để kích thích năng xuất công nhân.

Trong việc phá rào, Võ Văn Kiệt đã dùng Ba Hòa, một cán bộ Hoa vận, người Triều Châu, thành lập công ty Cholimex, hoạt động theo kiểu tư bản. Và Ba Hòa đã liên lạc với một số thương gia Tàu còn lại và những người trung gian như Triệu Vĩnh

Thiệt có họ hàng điều khiển những cơ sở kinh tế ở Hongkong, Singapore để khai thông việc xuất nhập cảng. Từ đó, Cholimex đã nhập cảng nguyên liệu, hóa chất, phụ tùng thay thế, máy móc và xuất cảng nhiều hàng nông sản và hải sản như yến, vi cá, mực khô, tôm cá, hột vịt, hạt sen và gạo ngon. Triệu Vĩnh Thiệt đã tái lập công ty Tân Tiến sản xuất đồ nhựa bằng plastic nhập cảng. Charles Đức, một tiến sĩ có quốc tịch Pháp, cũng đã được Võ Văn Kiệt trọng dụng để giao dịch buôn bán với Pháp trong chức vụ Giám Đốc công ty xuất nhập khẩu nông sản, và Phó Giám Đốc công ty Imex. Một cựu thị trưởng xuất thân Viện Quốc Gia Hành Chính của Việt Nam Cộng Hòa đã nằm trong Công Ty Lương Thực Thành Phố của bà Ba Thi, dùng khả năng tính toán quản lý thương mại giúp bà Thi đạt nhiều cờ tiên tiến và huân chương anh hùng lao động. Một điều cần nói thêm là từ chính sách đột phá của hai ông Kiệt và Linh, người Tàu Chợ Lớn đã đi đầu trong việc sản xuất và họ lại làm giàu từ giai đoạn này.

Như thế là có sự mâu thuẫn về chính sách kinh tế giữa trung ương và địa phương? Chúng ta biết là khoảng năm 1966-67, để cứu dân khỏi đói, ông Kim Ngọc, bí thư tỉnh Vĩnh Phú, đã phá rào chính sách hợp tác xã bằng cách cho dân thuê đất khoán sản phẩm (ông Kim Ngọc đã đi trước Đặng Tiểu

Bình hàng chục năm về chính sách khoán). Chính sách khoán có kết quả, nhưng trái với chính sách tập sản, tập thể, nên ông Kim Ngọc bị thanh trừng. Còn hai ông Kiệt và Linh đã đi ra ngoài rào xa hơn ông Kim Ngọc cả nông, công, thương nghiệp mà sao lại có thể được yên? Theo những câu chuyện trên bàn nhậu của cán bộ ở Sài Gòn vào thời gian đó thì có xung đột. Trung ương không chấp nhận kiểu làm ăn tự phát của Sài Gòn và những người chống triệt để là Trường Chinh và Đỗ Mười, người mà mấy ông cán bộ thường nói là một tên nghiện giáo điều, chỉ biết húc. Nhưng tình hình kinh tế xuống dốc, quá bết bát và có lẽ hai ông Linh và Kiệt được các tỉnh B2 ủng hộ nên thoát chuyện thanh trừng.

Trước tình hình đó, Đại Hội 5 được triệu tập (3/1982), và trong đại hội thành phần lãnh đạo bảo thủ đạt được ưu thế. Võ Văn Kiệt được triệu ra Bắc là Phó thủ tướng đặc trách Ủy Ban Kế Hoạch Nhà Nước, còn Nguyễn Văn linh thay Võ Văn Kiệt, vẫn duy trì cách làm ăn của ông Kiệt và trở thành một bộ mặt có giá của phe cải cách được toàn thể các tỉnh B2 ủng hộ, mặc dù ở Đại Hội 5, Nguyễn Văn Linh bị loại khỏi Bộ Chính Trị.

Đại Hội 5 thay đổi kế hoạch kinh tế:

- Bỏ chính sách ưu tiên công nghiệp nặng của đại hội 4.

- Nông nghiệp trở thành mặt trận hàng đầu.

- Trở lại chính sách xã hội hóa triệt để với những biện pháp xiết chặt cả nông, cộng, thương nghiệp.

Đường lối xã hội hóa và xiết chặt các ngành kinh tế của đại hội 5 lại đưa xã hội vào những khủng hoảng mới và nghị quyết 8 về thay đổi giá, lương, tiền với cuộc đổi tiền lần thứ 3 (1 đồng mới ăn 10 đồng cũ) đã đưa nền kinh tế tới phá sản. Lạm phát lên tới trên 700% và giá cả đại loạn không thể kiểm soát được.

Trước tình thế đó, đảng Cộng Sản và nhà nước đã nhận sai lầm trong chính sách kinh tế và đã tổ chức chiến dịch học tập, phê bình trên toàn quốc. Trong chiến dịch học tập, Nguyễn Văn Linh đã có một bài phân tích về sự sai lầm trong đường lối lãnh đạo kinh tế. Trong đó, ông Linh nói rằng Trung Ương đã sai lầm trong cải cách ruộng đất vì làm theo kiểu Trung Quốc, rồi phạm nhiều sai lầm khác trong công, thương nghiệp, vì đã đi theo con đường làm ăn cũ, ý nói làm ăn theo chính sách giáo điều xã hội chủ nghĩa. Và ông Linh đã kết luận với câu: "Nền kinh tế này không còn phải ở bên bờ vực thẳm mà thật sự đã ở dưới vực thẳm. Chúng ta phải tìm cách nhảy lên, không sẽ chết". Phê bình như thế thì ông Linh đã xổ toẹt tất cả chương trình kinh tế của đảng. Nếu như trước kia mà nói thế thì khó sống, nhưng năm 1986 lại trở thành sáng suốt, vì cả trung ương đã nhận chương trình của Đại Hội 5 sai lầm.

Trong cuốn "Lịch Sử Đảng Cộng Sản Việt Nam" của mấy ông giáo sư Kiều Xuân Bá, Lê Mậu Hãn và Trần Duy Khang đã viết: "Nhìn chung thời kỳ 1975-1985 là thời kỳ sử dụng mô hình kinh tế cũ mà đặc trưng là cơ chế tập trung quan liêu bao cấp, các thành phần kinh tế phi xã hội chủ nghĩa (tư bản, cá thể) bị xóa bỏ sớm ở mức cao. Những nhược điểm của mô hình đó đã trở thành sức cản lớn đối với sự phát triển kinh tế xã hội, dẫn đến cuộc khủnghoảng kinh tế xã hội gay gắt"

(Lịch Sử Đảng Cộng Sản Việt Nam – Nhà xuất bản giáo dục, Hà Nội, 2002, trg 158)

Chính vì sự thất bại của mô hình kinh tế tập sản, mô hình vô sản hóa toàn xã hội mà đảng Cộng Sản phải nói đến đổi mới tư duy kinh tế, và họ đã đem tư duy đổi mới này vào Đại Hội 6 (12/86), và Nguyễn Văn Linh được bầu làm Tổng Bí Thư để thực hiện chính sách đổi mới.

Nội dung căn bản của chính sách đổi mới là cởi trói các ngành kinh tế với những điểm:

Về nông nghiệp:

- Ban hành nghị quyết 10, gọi là khoán 10, thay cho chỉ thị khoán 100. Khoán 10 thiết lập chính sách khoán trắng, cho phép xã viên thuê đất canh tác không hạn chế diện tích và chịu trách nhiệm hoàn toàn về số ruộng đất khoán.

- Với khoán 10 cùng luật đất đai do Quốc Hội biểu quyết tháng 12/86, nhà nước Cộng Sản đã luật hóa chính sách khoán, hủy bỏ chính sách sản xuất tập thể xã hội chủ nghĩa, nới rộng thời gian cho nông dân thuê đất dài hạn là 15 năm, và cho phép người thuê có quyền để lại cho con kế thừa phần đất ruộng thuê hoặc nhượng lại cho một nông dân khác.

Về công thương nghiệp:

Đối nội:

- Cởi trói tư nhân, cho phép làm ăn cá thể.

- Huỷ bỏ ngăn sông cấm chợ để lưu thông hàng hóa.

Đối ngoại:

- Mở cửa giao thương với thế giới tư bản bằng bộ luật đầu tư được Quốc Hội biểu quyết tháng 12.1988. Với luật này, nhà nước kêu gọi tư bản nước ngoài vào đầu tư và dành cho xí nghiệp nước ngoài nhiều đặc quyền như cho phép làm chủ xí nghiệp

100% vốn đầu tư và không bị quốc hữu hóa.

- Sau đó luật đầu tư được nâng cấp dần để thu hút tư bản nước ngoài và đảng Cộng Sản độc chiếm quyền làm ăn với tư bản nước ngoài, thiết lập một hệ thống tư bản của thành phần cán bộ cao cấp để thành giai cấp tư bản đỏ, rồi tiến tới việc cho phép đảng viên phát triển kinh doanh tư nhân. Chính sách này được đảng Cộng Sản gọi là kinh tế thị trường định hướng xã hội chủ nghĩa. Đảng không nói nội dung của việc định hướng XHCN là gì, nhưng theo cách làm của nhà nước xã hội chủ nghĩa thì ta có thể hiểu nội dung của cái đuôi định hướng xã hội chủ nghĩa là đảng duy trì độc đảng toàn trị. Đảng làm chủ ruộng đất và duy trì hệ thống xí nghiệp quốc doanh. Như thế có thể gọi đó là nền kinh tế cởi trói trong vòng tay của đảng.

Qua những điều trình bày trên, có thể nhận định là từ cách mạng vô sản trở về tư sản, đảng Cộng Sản đã đi theo 4 đường vòng:

Thứ nhất là đường vòng nông nghiệp:

Trước cách mạng vô sản, người nông dân làm ăn cá thể. Trong cách mạng vô sản, cách mạng ruộng đất xã hội chủ nghĩa, đảng đưa nông dân vào hợp tác xã làm ăn tập thể, làm thuê ăn điểm. Tới đổi mới, trở về tư sản, đảng bỏ làm ăn tập thể, cho phép nông dân trở về làm ăn cá thể với mảnh đất thuê dài hạn của nhà nước.

Thứ nhì là đường vòng công thương nghiệp:

Trước cách mạng vô sản, người dân lập xí nghiệp, làm ăn tự do. Tới cách mạng vô sản, đảng hủy diệt giai cấp tư sản, cấm tư thương và đảng trở thành chủ nhân công, thương nghiệp. Tới đổi mới, đảng trở về tự do kinh doanh.

Thứ ba là đường vòng tư sản:

Trước cách mạng vô sản, quyền tư hữu được tôn trọng. Tới cách mạng vô sản, đảng hủy diệt quyền tư hữu, xây dựng xã hội với con người mới vô sản (con người mới xã hội chủ nghĩa). Tới đổi mới, đảng trở về tư sản, xây dựng xã hội tư sản với giai cấp tư sản đỏ

Thứ tư là đường vòng lệ thuộc:

Đảng Cộng Sản khởi nghiệp nhân danh giải phóng dân tộc khi Việt Nam bị Pháp đô hộ. Dưới sự yểm trợ của Liên Sô và Trung Cộng, đảng Cộng Sản thắng Pháp, chiếm miền Bắc năm 1954, rồi thắng Việt Nam Cộng Hòa và Mỹ năm 1975. Sau đổi mới, đảng cộng Sản Việt Nam dựa vào Trung Quốc và đưa đất nước vào vòng lệ thuộc Trung Quốc.

Với đảng Cộng Sản thì 4 đường vòng trên là sự

nghiệp cách mạng xã hội chủ nghĩa và sự nghiệp đổi mới của đảng, nhưng với dân và nước thì đó là những đường vòng oan nghiệt. Gọi là oan nghiệt vì trên những con đường này, đảng Cộng Sản đã dùng xác dân để thử nghiệm chính sách vô sản, hủy diệt vốn liếng trí não dân tộc, tàn phá cơ cấu xã hội tư hữu để xây dựng xã hội vô sản. Nhưng cuối cùng đảng Cộng Sản lại phải xóa bỏ xã hội vô sản để làm lại xã hội tư hữu với giai cấp mới là giai cấp tư sản đỏ. Còn đường vòng thứ tư thì hơn 4 triệu dân Việt đã chết cho danh nghĩa cách mạng giải phóng khỏi ách thực dân đế quốc, danh nghĩa cứu nước của đảng Cộng Sản, để cuối cùng đảng Cộng Sản lại trở thành đảng bán nước khi mở đường cho Trung Quốc xâm chiếm Việt Nam.

Mới đây, trong bài "Bắt Phạm Thành, Nguyễn Tường Thụy: Những giọt nước tràn ly", tác giả Lập Quyền Dân đã viết: "Người dân lâu nay phải ngậm miệng, nhưng họ biết từ rất lâu chuyện các nhóm công an và chính quyền ở mọi cấp đã thông đồng cho Tàu vào nắm các vùng đất hiểm yếu về an ninh quốc phòng. Nay nhân dịp cái gọi là "tập hợp ý kiến cử tri", người ta mới cho "bật mí" có đến hàng ngàn hectare đất - từ Tây Nguyên đến Sài Gòn, từ Đà Nẵng "đáng sống" đến các địa phương "đang chết" sau mùa Virus Vũ Hán - đều thuộc quyền của Tàu ngay trên đất Việt.

Khi dịch bệnh Covid 19 vừa tạm lắng ở Việt Nam, chính phủ lại bất ngờ "đánh úp", công bố thành lập Ban Quản Lý khu kinh tế thí điểm Vân Đồn, một khu vực nằm trong Dự Luật Đặc Khu Kinh Tế (Vân Đồn, Bắc Vân Phong, Phú Quốc) đã bị dư luận cả nước phản đối từ năm 2018. Chuyên gia kinh tế Phạm Chi Lan nói với BBC ngày 22/5/2020 rằng bà không được ai tham vấn, bà cũng hoàn toàn không biết và thực sự bị bất ngờ với việc thành lập và đưa vào vận hành thí điểm khu kinh tế Vân Đồn của chính phủ Việt Nam. Bà Chi phát biểu: "Có những lợi ích người ta theo đuổi mà bị đông đảo công chúng phản ứng, kể cả ở diễn đàn Quốc Hội, thì người ta sẽ tìm con đường di lặng lẽ, kín đáo hơn. Trước đây với Dự Luật Đặc Khu, có thể họ đã quá tự tin về khả năng được thông qua nên làm rất ồn ào, quảng bá rất hoành tráng. Nào là "lót ổ" cho Phượng Hoàng, nào là đầu tư "một lãi mười, lãi trăm". Đến khi dân trong cả nước bác bỏ thì nay rút kinh nghiệm, họ rút và bí mật". (viet-studies.net/5/26/2020).

Nhận định như thế, bà Phạm Chi Lan đã đi vào tim đen của mấy ông lãnh đạo đảng Cộng Sản. Chúng ta thấy ngay hai chữ "Thí Điểm" họ dùng cũng là để đánh lừa dân, vì khi đã thiết lập khu kinh tế để đón Tàu vào làm tổ thì không có chuyện làm thí điểm mà phải hiểu đó là muôn đời.

Theo báo Nhân Dân (5/26/2020), thì "Khu kinh tế Vân Đồn là khu duy nhất nằm trong khu vực hợp tác "Hai hành lang - một vành đai" Việt Trung hợp tác liên vùng Vịnh Bắc Bộ mở rộng, cầu nối ASEAN – Trung Quốc, hành lang kinh tế Nam Ninh – Singapore, trong vùng kinh tế trọng điểm Bắc Bộ Hà Nội - Hải Phòng - Quảng Ninh.." Như thế đây là việc làm để phục vụ cho lợi ích của Tàu. Từ đó chúng ta có thể thấy rồi đây Vân Phong, Phú Quốc cũng sẽ lặng lẽ theo chân Vân Đồn để Cộng Sản Tàu thâu tóm những điểm chiến lược trên con đường thực hiện tham vọng thống trị thế giới. Nói tóm, từ sau ngày sang Thành Đô (1990) khấu đầu tạ lỗi và xin thần phục Thiên Triều đảng Cộng Sản Việt Nam đã trở thành môt tập đoàn nội ứng đưa Tàu Cộng vào xâm chiếm Việt Nam.

Nghĩa trang liệt sĩ trên khắp nước

Để đi tới những đường vòng oan nghiệt, đảng Cộng Sản đã phải phát động 2 cuộc chiến tranh, thứ nhất là chiến tranh kháng Pháp khi Pháp trở lại Việt Nam (1946-1954). Chín năm kháng chiến, số tổn thất không nhỏ. Nhưng chắc chỉ miền Bắc có thể xây dựng nghĩa trang, còn miền Nam thì không, vì miền Nam sau 1954 thuộc chính quyền quốc gia - Việt Nam Cộng Hòa. Vì thế ở đây chỉ nói đến cuộc chiến thứ nhì từ 1960 đến 1975, khi miền Bắc thành lập mặt Trận Dân Tộc Giải Phóng và đưa quân vào xâm lăng miền Nam và Việt Nam Cộng Hòa phải tự vệ với sự trợ giúp của Hoa Kỳ.

Tổn thất của cả hai bên trong 15 năm không thể có số thống kê chính xác, nhưng con số ước lượng là trên 4 triệu. Vì thế, những năm sau 1975, nghĩa trang liệt sĩ đã mọc lên như nấm trên khắp nước. Hầu như tỉnh, thành phố nào cũng có vài nghĩa trang liệt sĩ. Có nhiều tỉnh nghĩa trang liệt sĩ đã phải xây dựng tới cấp xã. Vào google, chúng tôi biết tỉnh Quảng Trị là miền đất có nhiều nghĩa trang nhất, và là những nghĩa trang lớn nhất nước. Trong một lần trò chuyện về việc những nhà ngoại cảm đi tìm xác liệt sĩ bị vùi lấp ở một nơi nào đó, một anh bạn người Quảng Trị cho biết là *dưới đáy sông Thạch Hãn là một lớp xương và sọ của bộ đội chết trong trận đánh và giữ Thành Cổ trong 81 ngày đêm và sông Thạch Hãn đã trở thành một nghĩa trang không mồ*. Do đó ngày 13/4/2012, Quảng Trị đã tổ chức nghi lễ tưởng niệm các anh hùng liệt sĩ trong trận chiến ở Thành Cổ năm 1972 và thả 8100 hoa đăng trên dòng Thạch Hãn, những bông hoa tượng trưng cho 81 ngày đêm bảo vệ Thành Cổ.

Mới đây chúng tôi đọc được bài bút ký *Cổ Thành Quảng Trị* của nhà văn Đặng Văn Sinh, thấy rợn người khi tác giả kể tên những nghĩa trang vùng hỏa tuyến với cái chết trong trận chiến Cổ Thành, nên xin ghi lại một đoạn:

"Chúng tôi ghé thăm hầu hết các địa danh được coi là "đất thiêng" ở thời kỳ trước năm 1975, từng là chiến trường đẫm máu của những xung đột ý thức hệ. Hành trình xuyên Việt lần này, cảnh trí và những hồi ức đã làm cho một số văn nghệ sĩ nhìn nhận cuộc chiến giữa hai miền Nam Bắc ít khắt khe và trái tim độ lượng hơn. Từ thị xã Đông Hà chúng tôi lần lượt viếng thăm chiến địa cũ Khe Sanh, sân bay Tà Cơn, cửa khẩu Lao Bảo, nghĩa trang Trường Sơn, nghĩa trang Đường 9, nghĩa trang Gio Linh, nghĩa trang Cam Lộ... mấy chục vạn linh hồn có tên và không tên đã ngã xuống trong cuộc chiến huynh đệ tương tàn, giờ này đang phiêu lãng nơi đâu ở một vùng hoang địa đầy tử khí? Chỉ riêng Đường 9 đã có gần mười vạn ngôi mộ. Đám người nhỏ nhoi trước một bãi tha ma khổng lồ bất giác làm tôi thấy cô đơn. Rừng Trường Sơn hoang sơ, gió ngàn vi vu tạo nên một không gian rờn rợn lúc chiều tà. Hỡi những linh hồn trận vong! Các anh các chị hãy yên giấc ngàn thu.

Tất cả chỉ còn là ký ức, một ký ức đau buồn hằn vào lịch sử kéo theo nỗi trầm luân của cả một dân tộc khi chưa thuộc lời dạy của cha ông về lòng tha thứ. Nơi dừng chân lâu nhất là Thành Cổ. Tại đây người ta xây một đài tưởng niệm những chiến sĩ trận vong (tất nhiên chỉ là chiến sĩ QĐNDVN). Thắp hương xong, đoàn sang viếng thăm nhà lưu niệm. Đây là ngôi nhà hai tầng, giống như một bảo tàng quân sự thu nhỏ, trưng bày những chiến tích, chiến cụ cùng sa bàn trận địa của cuộc chiến khốc liệt 81 ngày đêm giữa hai bên Giải Phóng và Quốc Gia năm 1972. Nhìn toàn cảnh chiến trường xưa, lòng tôi chợt nhói lên kinh hoàng về một thời đẫm máu và nước mắt. Cánh cổng phụ phía tây thành còn lại như một chứng tích khủng khiếp bởi hàng trăm vết đạn xuyên qua như mắt sàng mặc dù nó được làm bằng thép 7 ly.

Trên trời mây trắng vẫn lững thững bay ra biển. Cỏ non Thành Cổ vẫn tươi xanh như lời ca của một bài hát mới sáng tác gần đây, bất giác tôi nhớ đến mấy câu thơ bộc lộ cảm xúc rất chân thành của một tác giả nào đó tôi không nhớ tên, nhưng thật tiếc là nó vẫn chỉ là sản phẩm cuối cùng trong chuỗi những kỹ thuật thượng thặng của công nghệ tuyên truyền:

Đò xuôi Thạch Hãn xin chèo nhẹ
Đáy sông còn đó bạn tôi nằm
Có tuổi đôi mươi thành sóng nước
Vỗ yên bờ bãi mãi ngàn năm.

Nhớ lại lúc ở nhà lưu niệm trong khuôn viên

Thành Cổ, một nhà thơ trong đoàn hỏi người lính thuyết minh rằng, quân số thương vong của chúng ta là bao nhiêu khi công bố 26 ngàn lính Việt Nam Cộng Hòa tử trận.

Anh bộ đội trẻ lặng đi một lúc rồi từ tốn nói:

- Thưa các bác, số thương vong của quân ta Bộ Quốc Phòng chưa thống kê được!

Nghe xong, nhà thơ Nguyễn Ngọc San, một trong những cựu chiến binh Trường Sơn ghé tai tôi nói nhỏ:

- Mỗi ngày đêm ít nhất "nướng" một đại đội, cứ tính sơ sơ mỗi đại đội một trăm người, nhân với 81 ngày thì sẽ ra, việc gì phải hỏi. Mà đó mới chỉ là số hy sinh trong thành, còn những đơn vị "bị" ở bên kia sông Thạch Hãn cũng không ít đâu.

Ông nói đúng. Khỏi phải bình luận gì thêm để đỡ làm đau thêm các linh hồn trẻ đang yên nghỉ dưới thảm cỏ non Cổ Thành.

Ngay đêm hôm ấy, trong nhà nghỉ thị xã Đông Hà, cách Thành Cổ không xa, Nguyễn Ngọc San đọc cho tôi nghe bài "Cổ Thành Quảng Trị" mới sáng tác:

Cổ Thành chẳng thấy thành đâu
Một vuông đất hẹp vùi sâu vạn người.

Bát hương cháy đỏ giữa trời
Khôn thiêng một nén cho nguôi ngoai lòng.
Cổ Thành máu chảy thành sông
Xương gom thành núi thành không còn thành.
Bên ni, ừ cả bên tê
Thành hoang, gạch vụn gửi về mai sau.

Bài thơ chỉ có 8 câu, nhưng nghe xong tôi chợt bàng hoàng bởi sức nặng của những vần lục bát. Nó chẳng những tuyệt vời về mặt cấu tứ mà còn bộc lộ một cái nhìn mới, một cách cảm nhận mới về chiến tranh sau khi có độ lùi 34 năm... Về một mặt nào đó, ta còn có thể xem bài thơ là lời sám hối muộn mằn, nhưng cần thiết cho những thế hệ sinh ra sau, khi đất nước đã im tiếng súng để chọn con đường đến tương lai mà không cần nổ súng vào nhau."

Bài ký *Cổ Thành Quảng Trị* nói lên được nỗi lòng của những người sau cuộc chiến, nhưng khi đọc đến mấy lời của ông Sinh coi bài thơ là lời sám hối thì chúng tôi khựng lại tự hỏi Ai Sám Hối? Nhà thơ Nguyễn Ngọc San không gây ra cuộc chiến mà chỉ là một người trong lớp lớp thanh niên theo lệnh của đảng Cộng Sản xẻ dọc Trường Sơn đi giải phóng miền Nam với kết quả là sau cuộc chiến nghĩa trang liệt sĩ mọc lên như nấm sau cơn mưa, với dân oán nước nguy, thì **lời sám hối nếu có phải là lời của**

đảng Cộng Sản Việt Nam. Nhưng không, đảng Cộng Sản đã coi đó là những chiến thắng để cho đảng tung hô với pháo bông liên hoan và biểu ngữ đỏ đường để mừng ngày mà đảng đã dùng những nghĩa trang liệt sĩ trên khắp nước như những lớp đá lát đường để đảng Cộng Sản trở về tư sản, và những cán bộ đảng đã đưa gia đình con cái của họ qua Mỹ, Canada và Úc...để tránh cái xã hội mà đảng đã xây dựng với mấy chữ cộng sản và xã hội chủ nghĩa.

Vinh quang đường về tư sản

Sự vinh quang của đảng Cộng Sản trên đường về tư sản đã hiện rõ ở mấy điểm sau:

1. Biến nhân dân thành nguồn để ăn cướp

Chính sách cởi trói, công nhận quyền làm ăn cá thể với quyền sử dụng đất đai dài hạn và chuyển nhượng đất đã thúc đẩy canh tác, nên chỉ sau một năm Việt Nam đã có thể xuất cảng gạo. Nhưng việc cởi trói đã gây nên một trận chiến mới ở nông thôn và cả thành thị. Đó là trận chiến cướp đất và giữ đất. Vẫn là đấu tranh giai cấp, nhưng bây giờ là đấu tranh giữa nông dân và đảng viên cộng sản. Trận chiến ngày càng khốc liệt, đã và đang diễn ra dưới nhiều hình thức. Trong đó có hai hình thức phổ biến nhất:

Thứ nhất, đảng viên thành địa chủ:

Sau cải cách ruộng đất ở miền Bắc, rồi miền Nam sau 1975, chế độ Cộng Sản đã hủy diệt giai cấp địa chủ, phú nông, trung nông và tiểu nông để chỉ còn lại một giai cấp nông dân vô sản. Nhưng với chính sách cởi trói nông nghiệp (nghị quyết 10), chế độ lại tái tạo một giai cấp địa chủ mà lâu nay dân đã gọi là đám cường hào ác bá mới với 3 tầng bóc lột:

- Dùng quyền để ấn định những thứ thuế phi pháp trong vùng họ cai trị và chiếm nhiều đất để trở thành địa chủ.

- Nông dân có ít đất đã phải đi làm thuê cho địa chủ mới và do không có luật pháp bảo vệ, nông dân làm thuê đã bị bóc lột tàn tệ.

- Tầng lớp địa chủ mới đã cho nông dân thuê nông cụ và cho vay với lãi cao gấp 3 lần lãi thường. Từ đó nông dân nghèo đã tùy thuộc vào tầng lớp cường hào ác bá mới với nợ chồng chất, mà nhà thơ cộng sản Nguyễn Duy trong bài thơ *"Nhìn Từ Xa... Tổ Quốc"* đã đúc kết thành mấy câu:

Lãnh chúa sứ quân san sát vùng cát cứ
Lúc nhúc cường hào đầu trâu mặt ngựa
Luật pháp như đùa – như có – như không.

Thứ nhì, đảng viên cướp đất bán cho tư bản

ngoại quốc

Từ thập niên 1990 đến nay, theo đà phát triển kinh tế thị trường XHCN, đất là nơi dễ làm giàu nhất, nên đất của nông dân (nhà cửa, ruộng vườn) đã bị thu hồi dưới nhiều cái tên như giải phóng mặt bằng, phục vụ qui hoạch các khu công nghiệp, các dự án đầu tư quốc tế... để đảng viên làm ăn với tư bản. Việc thu hồi đất này có bồi thường, nhưng là thứ bồi thường ăn cướp theo chế độ chuyên chính vô sản mà nhà văn Nguyên Ngọc trong bài *Đất và Nông Dân* đã nói: "Cái thứ đất quen thân, thống thiết, máu thịt với họ thế, mà bỗng nhiên trở nên rất đỗi kỳ lạ, ở trong tay họ, khi họ bị tước đi thì giá chỉ có mấy đồng, nhưng chỉ cần chuyển sang tay doanh nghiệp nào đó, một ông nước ngoài xa lạ, sang trọng nào đó thì bỗng có giá nhiều "tỷ" (tiasang.com/2/7/08).

Còn luật sư Trần Lâm trong bài *Luật Đất và Tam Nông* cho biết: "Đất thu hồi đền bù 23 triệu một sào (360 m2), thế rồi đo, vẽ, lên dự án, rồi bán, rồi mua: 15,20 triệu/m2, thế là công an và dân xô xát. Tự điển thêm một từ mới "Dân Oan", công an thêm một nhiệm vụ mới "Bảo vệ nhà đầu tư". (doithoai.com/9/15/08).

Từ đó người và đất đã trở thành thảm kịch với máu và nước mắt trong trận chiến cướp đất của những ông quan tư sản chuyên chính. Trận chiến này đã diễn ra trên khắp nước, đã tạo ra hàng triệu dân oan với những trận chiến có tiếng lớn như Cống Rộc (Đoàn Văn Vươn), Văn Giang, Dương Nội, Thủ Thiêm, Lộc Hưng, chùa Liên Trì (Thủ Thiêm) và chùa An Cư (Sơn Trà, Đà Nẵng)... Và mới đây là Đồng Tâm. Trận chiến Đồng Tâm diễn ra trên mảnh đất 59 ha cánh đồng Sênh giữa chính quyền Hà Nội và dân Xã Đồng Tâm, Mỹ Đức, Hà Nội. Trận chiến này đã kéo dài trên 2 năm, một bên là Ủy Ban Nhân Hà Nội và tập đoàn Viettel (Bộ quốc phòng), quả quyết 59 ha đất cánh đồng Sênh là đất quốc phòng, một bên là dân Đồng Tâm cũng quả quyết đó là đất nông nghiệp dân đã làm ăn lâu đời và quyết tử giữ đất dưới sự lãnh đạo của cụ Lê Đình Kình, 84 tuổi đời, 58 tuổi đảng. Trong sự tranh chấp này, cụ Kình đã nhiều lần tuyên bố trước báo giới: "Cho dù có bị chặt đầu tôi vẫn khẳng định 59 ha đất cánh đồng Sênh là đất nông nghiệp". Cụ nói là trong tay có đủ hồ sơ, tài liệu chứng minh cho lời khẳng định trên, và cũng đã nói với quan chức thanh tra "Các ông có giấy tờ, bản đồ chứng minh 59 ha đất ở đồng Sênh là đất quốc phòng, chúng tôi sẽ trao đất ngay trong 5 phút". Tất nhiên thanh tra và quan chức Hà Nội không có giấy tờ và bản đồ, nên phải dùng súng đạn giải quyết. Vì thế đêm 9/1/2020, Bộ Công An đã huy động một trung đoàn Cảnh Sát cơ động với đủ loại vũ khí và chó nghiệp vụ xâm nhập thôn Hoành, bao vây nhà cụ Kình, tấn công phanh thây cụ Kình, bắt toàn gia cụ và mấy chục người dân Đồng Tâm. Với trận chiến cướp đất Đồng Tâm, đảng Cộng Sản đã đi tới cùng đích của sự tàn bạo, và sự phẫn nộ lên án đảng Cộng Sản của người dân cũng đã hết lời. Ở đây, xin ghi lại ít lời của nhà văn, cựu đại tá quân đội nhân dân Phạm Đình Trọng trên Bauxite Việt Nam 27/1/20:

"Năm ngàn dân lành ở Huế bị những người cộng sản xử bắn rồi vùi chung nấm mồ hồi tết Mậu Thân 1968 đã là man rợ. Nhưng mức độ man rợ của sự kiện Đồng Tâm tháng Tết Canh Tý còn khủng khiếp hơn. Trong đêm, giữa thời yên hàn, ba ngàn cảnh sát vũ trang rải quân vây kín nhà những người dân đang làm ăn lương thiện, chưa hề bị truy tố hình sự, chưa bị tòa án tuyên bố có tội. Không có lệnh khám nhà, bắt người, không cần có bản án tử hình, không cần pháp trường, trong đêm phá cửa, xông vào tận giường ngủ, dí súng sát tim, sát não cụ già 84 tuổi, nã đạn. Ba mươi người dân tay không bị đánh đến thương tích nặng rồi bị bắt đi mất tích đã hơn hai tuần không biết sống chết ra sao. Giết và bắt người rồi vơ vét của cải tiền bạc trong nhà dân mang đi. Mang xác cụ già đã bị bắn vỡ tim, nát tóc đi phanh thây, rạch bụng cụ ra rồi mới trả xác về cho con cháu. Trong lịch sử loài người viết bằng máu chưa có sự kiện nào man rợ đến như vậy".

2. Biến nước thành nơi để rút ruột, tàn phá và ăn cắp

Xin ghi lại mấy thí dụ điển hình về chuyện rút ruột những công trình xây dựng:

- Trên *mạng Nghệ An* (10/717) ông Hoàng Phạm cho biết: Tuyến đường N5, con đường chiến lược kinh tế của tỉnh Nghệ An vừa mới đưa vào sử dụng được 3 tháng, con đường vốn ngân sách hàng nghìn tỷ đã hư hỏng, được chắp vá như "tổ đỉa".

- Ông Thành Nam trong bài *Điểm Mặt Các Công Trình Giao Thông Đình Đám Vừa Thông Đã Hỏng,* đã ghi lại:

- Đường Ô Chợ Dừa – Hoàng Cầu (Hà Nội) dù chỉ dài 500m, nhưng được đầu tư tới 900 tỷ đồng, nên được mệnh danh là "đường đắt nhất hành tinh", nhưng con đường này lại trở thành "đường hỏng nhanh nhất hành tinh", vì chỉ mới thông xe vài ngày thì vỉa hè đã hư hỏng, phải đào lên lát lại.

- Cầu đường 5 kéo dài nằm trên quốc lộ 5 kéo dài, tổng mức đầu tư hơn 6000 tỷ đồng. Tuy nhiên chỉ 2 tháng sau khi khánh thành, tuyến đường đã bị vỡ khe co giãn, trơ lõi thép tại cầu Ngũ Huyện Khê (Đông Anh, Hà Nội).

- Cao tốc Nội Bài dài 245 km, chạy qua 5 tỉnh thành, là dự án trọng điểm với kinh phí đầu tư hơn 30.000 tỷ đồng. Nhưng chỉ sau 1 tháng thông xe (21/9/14), đoạn km 83 đã xuất hiện vết nứt kéo dài, nguy cơ sụt lún, phải cắm biển báo Nguy. (infonet.18/12/14).

Xin ghi lại mấy chuyện điển hình về việc Phá rừng và đào khoáng sản:

Ông Tô Văn Trường, trong bài *Tận Diệt Tài Nguyên*, đã viết:

"Điều đáng nói là ở Việt Nam, tình trạng "ăn dày" tài nguyên và bất chấp hậu quả đang là xu thế đáng báo động. Các địa phương được phân quyền, thiếu sự kiểm soát chặt chẽ của Trung Ương theo quy hoạch nên chỉ nhằm vào những cái có sẵn nhiều hơn là tạo ra cái mới. Vì vậy, các tỉnh, thành đua nhau khai thác khoáng sản đem bán (chứ không phải để chế biến nâng cao giá trị), từ các mỏ kim loại nhỏ, đá granite, đá hoa, đá vôi ở phía Bắc đến quặng Titan ở ven biển miền Trung... Cũng chính "tư tưởng nhiệm kỳ" và "nền kinh tế tỉnh" đã khiến các địa phương lao vào tận diệt tài nguyên thiên nhiên như thế. Cái gì đẽo được là đẽo ngay, giống như chuyện cấp tập chặt cây xanh ở Hà Nội, dự án lấn sông Đồng Nai, lấp vịnh Nha Trang, loạn thủy điện, cho thuê dài hạn rừng phòng hộ ở biên giới, khai thác khoáng sản tại nhiều tỉnh thành" (người Lao Động 12/4/15).

Để nhìn cụ thể hơn, xin dẫn lời ông Liên Sơn, trong bài *Dồi Dào Tài Nguyên, Khoáng Sản, Nhưng Dân Trắng Tay*: Tây Nguyên, nơi mà rừng được khai tác cạn kiệt để phục vụ làm giàu ngắn hạn cho các đại gia người Việt như Đoàn Nguyên Đức. Theo số liệu thống kê của Cục Lâm Nghiệp (Bộ Nông Nghiệp và Phát Triển Nông Thôn), công bố năm 2013, trong 5 năm (2007-13), 5 tỉnh Tây Nguyên gồm Gia Lai, Kon tum, Dăk Lăk, Dăk Nông, Lâm Đồng đã mất đi hơn 129.000 Ha rừng, trong đó rừng tự nhiên mất hơn 107.400 Ha, rừng trồng mất trên 22.200 Ha. Trung bình mỗi năm khu này bị mất hơn 25.700 Ha rừng. Nguyên nhân là do các doanh nghiệp lợi dụng trồng cao su, dự án thủy điện để phá rừng. Tây Nguyên trở thành bằng chứng điển hình về lối tư duy ăn xổi và sự bắt tay giữa các quan chức với cá nhân nhằm trục lợi bất chính dưới chiêu bài "Vì sự phát triển kinh tế" ở Việt Nam. (Việt Nam Thời Báo 13/10/2014).

Trong bài *Nhà Gỗ và Xác Dân*, ông Trương Châu Hữu Danh cho thấy một tình trạng thê thảm hơn: "Chỉ trong vòng 40 năm, những cánh rừng bạt ngàn của Việt Nam gần như bị xóa sổ. Bao nhiêu năm chiến tranh, hứng chịu bom đạn, rừng vẫn bạt ngàn xanh "che bộ đội, vây quân thù". Sau chiến tranh thì rừng mất sạch. Rừng đi đâu? Vào nhà các đại gia. Nhưng đại gia mê gỗ còn thua xa cán bộ. Trong một tháng chúng tôi đã đi khắp các cánh rừng Tây Nguyên, từ Dăk Nông đến Dăk Lăk, Gia Lai, rồi Kon Tum, Lâm Đồng, đâu đâu cũng thấy rừng bị tàn sát. Sau lệnh đóng cửa rừng tự nhiên của thủ tướng Nguyễn Xuân Phúc, nạn phá rừng vẫn tràn lan. Gỗ ở K'Bang (Gia Lai) vẫn ào ạt chạy ra khỏi rừng, dù từ rừng ra ngoài chỉ có con đường độc đạo, có barie chắn ngang của lực lượng kiểm lâm. Gỗ ở Ngọc Hồi, Sa Thầy (Kon Tum) cũng ồ ạt chạy ra khỏi rừng cả đêm lẫn ngày – dù muốn qua chốt chặn phải "bay lên trời" mới thoát.

Ông Hữu Danh cho biết một sự thật là chính những ông lãnh đạo huyện, miền rừng núi đã là những lâm tặc cỡ lớn. Vì thế trên khắp giải đất hình chữ S này, nhà gỗ triệu đô không hiếm. Nhưng những ngôi nhà này không thuộc về giới siêu giàu, giới doanh nhân, mà trớ trêu thay lại là nhà của cán bộ. Một thực tế là nhà cán bộ càng to thì lũ càng lớn, dân chết càng nhiều. Những ngôi nhà xa hoa này được đánh đổi bằng mạng dân. Các vị ngủ có ngon không khi dưới chân mình là xác dân lập lờ trong lũ dữ?"(boxitvn. 2017/17/10)

Ông Bùi Quang Vinh, Bộ Trưởng Kế Hoạch, Đầu Tư, tại một buổi thảo luận nội bộ của Đoàn Đại Biểu Quốc Hội cho biết: Nguồn thu chính của Việt Nam những năm vừa qua là khai thác tài nguyên đem bán. Năm năm nữa, dầu hết sẽ không còn gì để thu. Khoáng sản thô cũng đã bị đào bới mang bán hết rồi. Dầu khí từ 18 triệu tấn xuống dần 17, 15, 14 rồi 1 triệu và cuối cùng là đóng cửa. Và chúng ta tụt hậu. Ông Vinh cảnh báo: Nếu không đổi mới chúng ta sẽ chết. Chúng ta sẽ chỉ còn từ củ mài trở xuống để ăn thôi. (nguoi viet.com/2411/2013).

Xin ghi lại vài chuyện ăn cắp:

Ông Vinh đã tuyệt vọng báo động về sự lụn bại của kinh tế thị trường định hướng xã hội chủ nghĩa. Nhưng đó là lụn bại với dân, với nước, còn chính nền kinh tế ấy lại là môi trường thuận lợi cho lãnh đạo làm giàu. Ông nói chuyện hết dầu, nhưng đến tháng 3/2017, Trịnh Xuân Thanh, nguyên Tổng Giám Đốc kiêm Chủ Tịch Hội Đồng Quản Trị Tổng Công Ty Xây Lắp Dầu Khí, trong một bức thư ngỏ đã cho biết: Việc ăn cắp dầu thô trên biển đã được thực hiện từ đời Võ Văn Kiệt, Phan Văn Khải và Nguyễn Tấn Dũng, tính đến nay đã gần 30 năm, và lãnh đạo đảng Cộng Sản đã bán hàng trăm triệu tấn dầu ngoài biển. Với khách hàng là Nhật hay châu Âu thì có lẽ chuyện mua bán sòng phẳng, có hóa đơn chứng từ. Nhưng với khách hàng Trung Quốc thì khác. Chẳng hạn xuất bán 100.000 tấn thì họ trả 70.000 tấn qua ngân hàng có hóa đơn, còn 30.000 tấn được trả bằng tiền mặt trên tàu với giá chỉ bằng 50% giá thị trường. Từ đó, đời sống của lãnh đạo tập đoàn dầu khí vô cùng xa hoa lãng phí. Chỉ cần một cán bộ cấp trưởng phòng hay giàn trưởng... cũng có thể nói chuyện hàng chục triệu đô và chuyện mua nhà bên Mỹ hay châu Âu đối với họ là chuyện "cái móng tay". Từ ngày ông Nguyễn Tấn Dũng lên làm Thủ Tướng và Đinh La Thăng lên làm Chủ Tịch Tập Đoàn Dầu Khí thì khách hàng khoảng 70% là Trung Quốc. Trong thời gian này giá dầu thô lên rất cao, có lúc hơn 120 đô/thùng, tức khoảng 850 đô/tấn. Chỉ tính trong 10 năm ông Dũng làm thủ tướng, mỗi năm Việt Nam xuất bán 20 triệu tấn dầu thô, với lượng ăn cắp khoảng 6 triệu tấn/năm. Mỗi tấn tính rẻ 600 đô, như vậy là băng ông Dũng và Đinh La Thăng đã ăn gọn 36 tỷ đô (10x6x600).

Khai khống để tước đoạt ngân sách nhà nước:

Trong bài "Trách nhiệm nào của lãnh đạo Bộ Y Tế trong làn sóng nâng giá máy xét nghiệm PCR" trên Bauxite Việt Nam (04/05/20), ông Nguyễn Ngọc Chu đã ghi lại một số vụ tước đoạt như sau:

1. Ngày 22/4/2020, cơ quan Cảnh Sát Điều Tra Bộ Công An đã khởi tố vụ án "Vi phạm quy định

về đấu thầu gây hậu quả nghiêm trọng" tại Trung Tâm Kiểm Soát Bệnh Tật (CDC) TP. Hà Nội, bắt tạm giam Giám Đốc Trung Tâm CDC Nguyễn Nhật Cảm và 6 đối tượng liên quan. Tội của ông Nguyễn Nhật Cảm là đã thông đồng nâng giá máy xét nghiệm (Realtime PCR) từ 2.3 tỷ lên 7 tỷ.

Việc chiếm đoạt 4.7 tỷ đồng tiền ngân sách trong lúc cả nước căng mình chống đại dịch Virus Vũ Hán đã làm rung động cả xã hội. Đó là một số tiền quá lớn trong cảnh cùng khó của người dân phản ánh sự bất lương đã không còn giới hạn,

Nhưng sự bàng hoàng không dừng lại ở đó. Tại 15 địa điểm đã mua máy ở một loạt các địa phương khác cũng đã xảy ra hành động chiếm đoạt tương tự. Các máy xét nghiệm được nâng giá từ 1,5 tỷ đồng lên 5 - 8,4 tỷ đồng. Sau khi ông Nguyễn Nhật Cảm bị bắt, tức thì nổi lên cơn sóng hoảng loạn chạy tội. Một số thì đàm phán lại giá, giảm đến 2- 3 tỷ đồng. Một số thì chuyển sang "mượn máy". Cả xã hội mới sực tỉnh rằng mình đã bị cướp đoạt ở mức độ không ngờ, đạt độ táng tận lương tâm.

Giọt nước mắt nấc lên xin chịu trách nhiệm và xin trả lại máy cho người bán của Giám Đốc Y Tế Quảng Nam Nguyễn Văn Hai cho nhiều suy nghĩ trĩu lòng.

Nhưng tính về số lần nhân khống và số tiền chiếm đoạt thì phi vụ CDC ở Hà Nội hay Sở Y Tế Quảng Nam chưa ăn nhằm gì.

Không biết đã là kỷ lục chưa, nhưng nâng giá gấp 1300 lần ở vụ tàu lặn Tinro 2 của Tổng Giám Đốc công ty ALC II Vũ Quốc Hảo đã làm cho ai nghe đến cũng phải xanh mặt. Lô hàng tàu lặn Tinro 2 thanh lý chỉ trị giá 100 triệu đồng mà Hảo đã nâng giá thành 130 tỷ đồng.

Chỉ nâng giá có 18 lần, nhưng giá trị lớn, từ 500 tỷ lên 9000 tỷ của vụ AVG làm người to gan nhất cũng phải vỡ mật. Chỉ riêng các quan to đến mức Bộ trưởng như ông Nguyễn Bắc Son và ông Trương Minh Tuấn mới có bản lãnh chịu đựng được sấm sét.

Nếu tư nhân làm chủ đầu tư thì quãng đường sắt trên cao 13.5 km Cát Linh – Hà Đông không thể vượt giá 300 triệu USD. Nâng giá hơn 3 lần, từ 300 triệu lên 968 triệu USD của đường sắt Cát Linh – Hà Đông đã nốc ao không chỉ hàng vạn người mà làm lao đao cả nền kinh tế thủ đô trong chục năm vì phải "kéo cày trả nợ".

Đâu chỉ có những dự án đã nêu trên, còn hàng ngàn những dự án khác nữa. Phải hỏi ngược lại là có dự án nào của nhà nước mà không bị nâng giá?

Chỉ mua một chiếc máy mà khai khống để chiếm đoạt một lúc cả 500 tấn gạo, trong khi nhân dân lâm đại nạn, khi đồng bào góp từng bó rau quả trứng chống đại dịch, trong khi người nghèo xếp hàng dài tại máy tự động để nhận 1,5 - 3 kg gạo, thì sự tham nhũng đã đạt đến tột cùng khốn nạn. Lương tâm đã đến chỗ táng tận.

Những biểu hiện khó tưởng tượng của giai cấp tư sản đỏ

Ở miền Bắc sau khi nông dân thành vô sản, có người đã xử dụng sào đất quanh nhà nuôi ít con gà lấy trứng, trồng ít luống cà chua đem bán, đã bị cán bộ Hợp Tác Xã cảnh cáo là không được để cho đầu óc tư sản nổi dậy. Ở miền Nam sau 1975, mấy bà, mấy cô dấu ít kí đậu, ít kí cà phê trong người đã bị công an tịch thu với lời dạy bảo: Mua chui, bán chui là đầu óc tư sản gian thương. Nhưng sau khi Đổi Mới, trở về tư sản thì không có cái gì đè được đầu óc tư sản của đảng viên, cán bộ. Vì thế, cán bộ từ thấp đến cao đã tìm mọi cách ăn cướp để làm giàu và họ đã trở thành một giai cấp mới, giai cấp tư sản đỏ, mà phần trên đã nói. Còn ở phần này chúng tôi xin ghi lại mấy hiện tượng đặc biệt về sự phô bày giàu sang, phú quí của những ông quan ấy.

Thứ nhất, nhà và văn phòng của những ông

quan quá nhiều tiền đã trở thành mục tiêu làm ăn của trộm:

Tác giả Hương Khê trong bài *Chọn Mặt Trộm Vàng* đã ghi tên mấy chục quan chức bị trộm tước đoạt tiền bạc với những số tiền hàng trăm tỷ đồng, hàng triệu đô và hàng trăm lượng vàng. Có một vụ đặc biệt với tên trộm vui tính là vào đêm 27/7/2014, trộm đã vào phòng làm việc của ông Trịnh Văn Chiến, Chủ Tịch UBND tỉnh Thanh Hóa (nay là Bí Thư Tỉnh Ủy) lấy hàng chục tỷ đồng. Theo camara ghi lại, tên trộm sau khi khoắng được chiến lợi phẩm đã ung dung rải số phong bì và tiền ra bàn làm việc của ông Chiến, gồm 1 cọc tiền năm trăm triệu đồng (nguyên mác ngân hàng), 1 phong bì 10.000 USD ghi tên công ty Tratex, 1 phong bì 80 triệu đề tên đ/c Nhuần, Cục Phó Cục Kiểm Lâm, 1 phong bì 50 triệu đề tên Bộ Phận Mầm Non Sở GD&ĐT Thanh Hóa... để chụp ảnh và ghi lại lời nhắn với dòng chữ "Hẹn lại lần sau nhé" (Bacaytruc.15/10/2017) .

Thứ nhì, các quan đã đua nhau xây dinh thự và biệt phủ nguy nga:

Nếu muốn thấy dinh thự của họ chỉ cần vào google vn, đập mấy chữ Biệt Thự Của Chủ Tịch, Bí Thư tỉnh nào đó thì ta sẽ thấy được những toà lâu đài của họ. Chỉ vào google hơn nửa tiếng, chúng tôi đã có thể ngắm nhìn mấy chục biệt điện, biệt phủ, dinh thự đồ sộ với nhiều kiểu cách. Xin ghi lại mấy tên:

- Biệt phủ của Phạm Sỹ Quý, Giám Đốc Sở Tài Nguyên – Môi Trường, Yên Bái.

- Biệt thự nguy nga nhất đô thị Hòa Mạc, Duy Tiên, Hà Nam của Bí Thư Huyện Uỷ Duy Tiên Nguyễn Đức Vượng.

- Biệt thự xây dựng trên đất rộng hơn 16.000 m2 tại xã Sơn Đông, Bến Tre của ông Trần Văn Truyền, nguyên Tổng Thanh Tra Chính Phủ.

- Biệt phủ của gia đình ông Đặng Trần Chiêu, Giám Đốc Công An, Yên Bái.

- Biệt điện của Phạm Hồng Hà, Chủ Tịch UBND thành phố Hạ Long, tỉnh Quảng Ninh. Ngôi biệt thự rộng khoảng 474 m2, có giá khoảng 70 triệu vnđ/m2.

- Lâu đài nguy nga của ông Hoàng Quốc Khánh, Ủy Viên Ban Thường Vụ, Chủ Nhiệm Ủy Ban Kiểm Toán tỉnh Sơn La.

- Vườn Thượng Uyển của con trai Bí Thư tỉnh Hải Dương, Bùi Thanh Tùng, vườn có tường gạch bao quanh, xây kiểu cổ như ngự uyển của vua chúa ngày xưa. Trong vườn có kỳ hoa dị thảo với những cây cổ thụ quý hiếm (vườn trong thành phố thì những cây cổ thụ này chắc phải được đào từ xa đem về).

Thứ ba, nguyên Tổng Bí Thư Nông Đức Mạnh đã biến tư dinh của mình bên hồ Tây thành sân rồng để vua ngự triều:

Ngày 1 tết Ất Dậu (19/2/15), đoàn Thanh Niên Cộng Sản Hồ Chí Minh, do Bí Thư Trung Ương Đoàn Nguyễn Đắc Vinh hướng dẫn, đã tới chúc tết ông Nông Đức Mạnh, cho thấy tư dinh ông Mạnh đã trở thành 1 cung điện của thiên tử. Phải nói như thế, vì phòng khánh tiết (theo lời ông Mạnh) là một phòng rất lớn, lát đá hoa cương bóng lộn, đã không trưng bày đồ đạc gì ngoài bộ ngai vàng khắc đầu rồng với tượng bán thân Hồ Chí Minh, tất cả được nạm vàng. Nhìn suốt dọc phòng khánh tiết tới ngai vàng, ta có cảm tưởng đây là sân rồng để vua thiết triều. Nhìn ảnh ông Mạnh ngự trên ngai tiếp bí thư Vinh, mặt hớn hở, dáng bệ vệ, có lẽ ông nghĩ ông đang ngự triều, còn bí thư Đắc Vinh và mấy chục học sinh và quan chức tới chúc tụng là quan, dân vào triều kiến.

Sau khi những bức ảnh được đăng trên báo Tiền Phong online, cơ quan Trung Ương Đoàn Thanh Niên Cộng Sản Hồ Chí Minh, đã gây nên những làn sóng phê phán ông Mạnh sống xa hoa, phung phí, kệch cỡm, đồng bóng lố bịch mà với cung cách vua chúa ấy, ông Mạnh đã coi mình là Mạnh vương. Còn chúng tôi thấy đó là thảm kịch lãnh đạo của đảng Cộng Sản, sự bất hạnh của dân Việt và sự đáng thương của một ông Tổng Bí Thư, đầu óc quá thấp lại tăm tối. Nhưng đó là vinh quang của đảng Cộng Sản trên đường về tư sản.

Kết luận

Qua những sự việc và nhận định trên đây, xin được kết luận như sau:

1. Từ việc bỏ chế độ vô sản trở về tư sản cùng với những chính sách của chế độ độc tài tư sản, trên 3 thập niên qua, đảng Cộng Sản Việt Nam đã tự hủy cái tên đảng Cộng Sản. Vì cộng sản sao được khi lãnh đạo và đảng viên đã tích tụ hàng trăm triệu, hàng tỷ Mỹ kim với cơ sở kinh doanh và biệt điện, biệt phủ trên khắp nước. Và cái tên xã hội chủ nghĩa cũng phải bỏ đi vì xã hội chủ nghĩa Mácxit-Lêninnit cũng đã tự hủy khi đảng trở về tư sản. Còn xã hội chủ nghiã phổ biến hiện tại trên thế giới như xã hội chủ nghiã của những quốc gia Bắc Âu, Úc hay Canada với chính sách quân bình giàu nghèo và hệ thống an sinh xã hội vững chắc thì Việt Nam không thể đứng vào đây, vì những quốc gia ấy không có độc đảng, độc quyền, không có những tượng đài

nghìn tỷ trước những đứa trẻ sinh hoạt như thú hoang (lời GS Ngô Bảo Châu). Trước sự thực ấy, ông Trọng và mấy trăm trung ương ủy viên nên tìm cho đảng một cái tên gì thích ứng với tài sản và những việc các ông đang làm. Các ông thử làm công việc chính danh một lần cho dân thấy, chớ làm triệu phú, tỷ phú đô la mà cứ phải mang cái áo cộng sản thì ngước mặt sao được trước những người dân đang sống bật máu quanh các ông.

2. Trên đường Phát triển chế độ tư sản kinh tế thị trường xã hội chủ nghĩa, vì nhu cầu kéo dài chế độ, đảng Cộng Sản đã bám lấy Tàu và tự nguyện biến Việt Nam thành bãi rác công nghiệp của Tàu. Vì thế, 90% những dự án trọng điểm về điện, xi măng, hóa chất, cầu đường... đã lọt vào tay nhà thầu Tàu, và tất cả những dự án này, nhà thầu Tàu đã sử dụng máy móc, thiết bị lạc hậu Tàu đã phế thải. Vì thế, gần chục năm qua chúng ta đã nghe nhiều lời ta thán và cảnh báo về những bãi rác công nghiệp trên khắp nước. Về chuyện này, Bộ Trưởng Bộ Khoa Học Công Nghệ Nguyễn Quân khi được dân hỏi đã thú nhận: "Có khả năng chúng ta trở thành bãi rác công nghệ của thế giới. Điều này chúng tôi thấy hoàn toàn có khả năng, nếu như chúng ta không có những giải pháp, những hàng rào kỹ thuật". Thưa ông Nguyễn Quân, dân Việt đang khốn đốn trước

những đống rác khổng lồ có tên như Bauxite Tây Nguyên, nhà máy thép Formosa Hà Tĩnh, nhà máy nhiệt điện Vĩnh Tân 1,2,3, Bình Thuận, nhà máy giấy Lee & Man sông Hậu... như thế những thứ này không phải là bãi rác thải hay sao mà lại còn nếu với khả năng gì nữa. Còn chuyện giải pháp và hàng rào kỹ thuật thì mới đây (13/9/17), khi Quốc Hội thảo luận về dự án luật sửa đổi, bổ sung một số điều của luật chuyển giao công nghệ, chủ Tịch Quốc Hội Nguyễn Thị Kim Ngân đã hỏi: "Luật này rồi có khắc phục được Việt Nam đang và sẽ trở thành bãi rác công nghệ, hay là có giải quyết được vấn đề kiểm soát công nghệ và vai trò của cơ quan quản lý nhà nước?" Hỏi như thế là bà Ngân đã nhận chân thực trạng của thứ luật như có như không và không tin vào việc thi hành luật của cơ quan nhà nước trong chế độ mà bà đang là một trong 4 nhà lãnh đại cao nhất nước. Sự việc này ông Tô Văn Trường trong bài *Tận Diệt Tài Nguyên* cũng cùng nhận định như bà Ngân khi viết: "Ở nước ta có hẳn một "rừng" luật, nhưng lại vận động không theo luật" mà vận động theo lợi ích nhóm, mà nhóm ở đây là những tập đoàn của các quan tư sản đỏ. Thêm một việc sống động khác chứng thực mối lo của bà Chủ Tịch Quốc Hội là sau trận lụt chết trên năm chục người ở miền Trung vừa qua, Thủ Tướng Nguyễn Xuân Phúc ra lệnh đóng cửa rừng tự nhiên, nhưng gỗ vẫn ào ạt chạy ra khỏi rừng trên những độc đạo, vì ông Phúc không thể hóa thân thành trăm Phúc để đứng gác những con đường ấy.

Như thế nhìn lại Việt Nam, chúng ta có thể nói, trên thế giới, những quốc gia như Hàn, Đài Loan, Singapore, Indonesia, Mã Lai, Thái Lan...người ta phát triển để nâng cao đời sống, còn ở Việt Nam Xã Hội Chủ Nghĩa thì phát triển để nâng cao cái chết. Đó là con đường mà đảng Cộng Sản đã đi đến chỗ cùng của tham, ác, hèn và vô luật và con đường ấy đã đẩy dân Việt tới chỗ cùng của cái sống bị khổ nhục, bị áp chế, bị tước đoạt và bị môi trường ô nhiễm đe dọa. Chính trị với tham, ác, hèn và vô luật sẽ dẫn tới những đổ vỡ, khủng hoảng. Đó là thời cơ vàng cho chỗ cùng của uất hận lâu ngày phát tác. Đây là nút chuyển lịch sử để người dân cùng nhau đứng dậy cứu nước, giành lại đời sống yên lành của mình, đồng thời giải phóng cho đảng Cộng Sản.

MỤC LỤC

Nhân Ảnh
2026

Liên lạc Tác giả
tienyen41@gmail.com

Liên lạc Nhà xuất bản
han.le3359@gmail.com
(408) 722-5626

www.ingramcontent.com/pod-product-compliance
Lightning Source LLC
LaVergne TN
LVHW090355210926
848480LV00002B/343

* 9 7 9 8 3 4 9 2 7 7 6 0 3 *